लेखकाचा परिचय

चाणक्य आणि युद्धकला

डॉ. राधाकृष्णन पिल्लई हे *इनसाईड चाणक्याज् माईंड, चतुर चाणक्य अँड द हिमालयन प्रॉब्लेम* या पुस्तकांचे बेस्टसेलिंग लेखक आहेत. 'कौटिल्याचे *अर्थशास्त्र*' या विषयावर त्यांनी व्यापक स्वरूपात संशोधन केले असून, संस्कृत या विषयात पदव्युत्तर शिक्षण घेतले आहे. 'चाणक्य इंटरनॅशनल इन्स्टिट्यूट ऑफ लीडरशिप स्टडीज् (CIILS), मुंबई विद्यापीठ' येथे ते उपसंचालक म्हणून कार्यरत आहेत.

राधाकृष्णन पिल्लई

चाणक्य आणि युद्धकला

अनुवाद : अनघा सहस्रबुद्धे

MANJUL
मंजुल पब्लिशिंग हाउस

First published in India by

MANJUL

Manjul Publishing House

Pune Editorial Office
•Flat No. 1, 1st Floor, Samartha apartment, 1031,
Tilak Road, Pune - 411 002

Corporate and Editorial Office
•2 Floor, Usha Preet Complex, 42 Malviya Nagar, Bhopal 462 003 - India

Sales and Marketing Office
•C-16, Sector 3, Noida, Uttar Pradesh 201301, India
Website: www.manjulindia.com

Distribution Centres
Ahmedabad, Bengaluru, Bhopal, Kolkata, Chennai,
Hyderabad, Mumbai, New Delhi, Pune

Marathi translation of *Chanakya and the Art of War*

English edition first published in 2019 by Portfolio, an imprint of
Penguin Random House India

This Marathi edition first published in 2021

ISBN: 978-93-91242-52-7

Marathi translation: Anagha Sahasrabudhe

Cover artwork credit: Unlike Design Co.

युद्धकलेत अग्रस्थानी असणारा तज्ज्ञ, चाणक्य यास समर्पित
चाणक्यलिखित अर्थशास्त्र हा ग्रंथ, लष्करी नेतृत्वाला युद्धात तसेच धोरणात्मक विचारमंथनात आजही सातत्याने मार्गदर्शक ठरणारा आहे.

शांतता हेच युद्धाचे अंतिम ध्येय असते, हे जाणणाऱ्या आणि मागील अनेक पिढ्यांपासून युद्धकलेत गुरूस्थानी असणाऱ्या तज्ज्ञांनाही अर्पण.

अनुक्रमणिका

प्रस्तावना

आपल्याला सातत्याने युद्धाला सामोरे जावे लागते .

कधी हे युद्ध बाह्य परिघातील म्हणजेच; आपल्या कामाची जागा, आपले घर, आपले मित्र, नातेवाईक यांच्याशी किंवा सरकार व सरकारी यंत्रणा यांच्याविरुद्ध असते.

तर कधी हे युद्ध आंतरिक असते. आंतरिक युद्ध म्हणजेच आपल्यातील बौद्धिक संघर्ष. हा संघर्ष असतो कधी काळाशी, कधी आपल्या निर्णयांशी तर कधी काय चूक काय बरोबर या द्वंदाशी.

या जगात सर्वत्र, विविध प्रकारची माणसे आणि निरनिराळे दृष्टिकोन आहेत, तोपर्यंत हा संघर्ष अटळ आहे. आपल्या जन्मापासून ते मृत्यूपर्यंत ही बाह्य आणि आंतरिक युद्धे चालूच राहणार. गर्भापासून ते सरणापर्यंत आपल्याला अनेक कठीण पर्यायांना सामोरे जावे लागणार.

आयुष्यात एक वेळ अशी येते की, आता या युद्धांपासून पळ काढता येणार नाही हे प्रत्येकाला समजते. प्रत्येकाला लढावेच लागते; काही जिंकतात; काही हारतात. या हार-जीतमधूनच, युद्धाकडे बघण्याचा आपल्या दृष्टिकोनातला वेगळेपणा कळतो. आपण पराभव स्वीकारतो किंवा विजयश्री आपल्याकडे खेचून आणण्यासाठी लढतो.

आपल्यापैकी बहुतांश लोक तडजोड करतात आणि माघार घेतात. यामुळे मनात तात्पुरती का होईना; पण एक चांगली भावना निर्माण होते कारण अशा वेळी, अत्यंत टोकाच्या परिस्थितीला तोंड देत असलो तरी संभाव्य रक्तपात टाळण्यात यश आले असे आपल्याला वाटते; परंतु नंतर

याचेच विश्लेषण आपण शांतचित्ताने करतो, तेव्हा असे लक्षात येते की, तडजोडीच्या नावाखाली खरंतर हे युद्ध आपण आधीच हरलेलो आहोत.

आपली समस्या आहे तशीच राहते आणि लवकरच वेगळ्या पद्धतीने ती आपल्यासमोर पुन्हा उभी राहते. तडजोडीची तात्पुरती डागडुजी टिकाऊ नसते. कारण, मुळात जेथून गळती सुरू आहे ते छिद्रच आपण बुजवलेले नसते. आता, ही दुखरी दाढ मुळापासून उपटून टाकण्याची गरज असते. त्या एका सडक्या सफरचंदामुळे, फळांची अख्खी टोपलीच खराब झालेली असते.

तडजोडीमुळे वाद संपुष्टात आला आहे, अशा भ्रमात राहण्यापेक्षा आपण एकदा आणि कायमचे युद्ध जिंकू, याची खात्री करून घेण्याची आवश्यकता असते.

काही साधे-सोपे नियम समजून घेतले आणि वास्तविक जीवनात प्रत्यक्षात उपयोगात आणले, तर युद्ध जिंकण्याची कला सहज अवगत करता येते. त्यासाठी विविध सूत्रे आणि तंत्रे आहेत. युद्धासारखी गोष्ट, केवळ आपल्यासमोर उघडपणे घडत नाही म्हणून असा अर्थ काढता येत नाही की 'युद्धकला' हा आपला विषयच नाही.

अध्यात्मातील एक दिग्गज व्यक्तिमत्त्व म्हणून ओळखले जाणारे चिन्मय मिशनचे स्वामी तेजोमयानंदजी म्हणतात, 'तुम्ही एखादी ठोस भूमिका घेतली नाहीत आणि त्यावर ठाम राहिला नाहीत, तर समोर येणाऱ्या प्रत्येक गोष्टीमुळेच संभ्रमित होत राहाल.'[१]

किती खरं आहे हे!

खरंच आपण सगळे फक्त तडजोडीचं आयुष्य जगत आहोत का? सतत फक्त परिस्थितीशी जुळवून घेत आहोत का? आपली मतं प्रकटही करू शकत नाही इतके आपण दुर्बल झालो आहोत का? वाटाघाटींची कौशल्ये आणि रणनीती आपण विसरलो आहोत का?

'जसं चाललंय तसं चालू देत' अशा भूमिकेतून येईल ते आयुष्य जगायचं सोडून आता आपण आपल्या इच्छेप्रमाणे जगू या. आपल्याला काय हवंय हे आपण ठरवू शकतो आणि हो, त्यात विजयी होऊ शकतो. एक चांगली बातमी म्हणजे हे सगळे घडवण्यासाठी एक विशिष्ट पद्धत आणि व्यवस्था आहे.

---

१. भगवद्गीतेवरील व्याख्यान, चेन्नई २०१६

याची सुरुवात काही मूलभूत नेतृत्वगुण अंगी बाणवून होते आणि हेच याचे उत्तर आहे.

जे दृढनिश्चयी होते, जे आपले दंड थोपटून उभे राहिले आणि ज्यांनी आपल्या मार्गात येणाऱ्या सर्व आव्हानांचा सामना केला, अशा समर्थ पुरुषांनी आणि महिलांनी नेतेपद प्राप्त केले. आजूबाजूचे लोक निराशाग्रस्त असताना, अशा नेत्यांवरच सर्वांचे लक्ष एकवटलेले होते. त्यांच्याजवळ बाकी काही नव्हते; परंतु जबरदस्त इच्छाशक्ती होती. अशा विविध देशांतील आणि विविध पार्श्वभूमीच्या महान नेत्यांच्या कथा सांगितल्याशिवाय जगाचा इतिहास कधीही पूर्ण होत नाही. सुरुवातीला ती अगदी सामान्य माणसं होती; परंतु अत्यंत आव्हानात्मक आणि कठीण परिस्थितीत त्यांच्या विलक्षण नेतृत्व गुणांची चमक दिसली आणि त्यांची व्यक्तिमत्त्वे झळाळून निघाली.

आज अशा नेत्यांच्या जीवनकथा आपल्याला मार्गदर्शन करतात. त्यांच्यापासून आपल्याला प्रेरणा मिळते. त्या कथा आशा आणि शक्यता घेऊन येतात. त्यांचे स्थान, समाजात दिशा दाखवणाऱ्या दीपस्तंभासारखे आहे. त्यांच्याविषयीच्या गोष्टी आपल्या मुलाबाळांना सांगितल्या पाहिजेत. त्यांच्यावर जेवणाच्या वेळी चर्चा झाली पाहिजे, त्यांच्याविषयीची पुस्तके सर्वांनी वाचली पाहिजेत आणि या महान स्त्री-पुरुष नेत्यांबाबत अधिक संशोधन झाले पाहिजे.

युद्धामध्ये विजय प्राप्त करणे हे केवळ लष्कराचे आणि सैन्यदलांचेच काम नाही. अशी वृत्ती आपल्या मूलभूत स्वभावाचा भाग बनू शकते. आपल्यापैकी प्रत्येकाला युद्धकलेविषयी शिक्षण देण्यात आले, तर ज्या गोष्टींसाठी आपण कठोर परिश्रम घेत आहोत त्यांच्यावर आणि त्या मिळविण्यासाठी लागणाऱ्या माध्यमांवर लक्ष केंद्रित करताना आपली तयारी अधिक चांगली असेल. युद्ध जिंकण्यासाठी अनेक कौशल्ये आत्मसात करावी लागतात. जसे; आपल्या प्रतिस्पर्ध्याचा अभ्यास करणे, मानसशास्त्र समजून घेणे, योग्य वेळ आणि योग्य स्थान यांचे भान असणे, छोट्या छोट्या गोष्टींपासून प्रेरणा घेणे – ही आणि अशी बरीच कौशल्ये.

आपण युद्धकलेत पारंगत झालो, तर जीवनाच्या प्रत्येक क्षेत्रात यशस्वी होऊ. आपण खेळाडू असलो तर आपल्याला पदके जिंकता येतील, आपण सामुदायिक उद्योगक्षेत्रात कार्यरत असलो, तर आपल्या समोरील नवनवीन

लक्ष्यं आपल्याला गाठता येतील. आपण सरकारी अधिकारी असलो तर आपल्या हाताखालील सर्व प्रकल्प आपल्याला यशस्वीपणे राबवता येतील आणि आपण पालक असलो तर प्रचंड आत्मविश्वास असणारी व स्वतःच्या कार्यक्षेत्रात तसेच जीवनात आघाडीवर असणारी अत्यंत सुदृढ पिढी आपल्याला घडवता येईल. नथालिया क्रेन हिच्या शब्दांत सांगायचे तर,

नाहीच निवडू शकत आपण आपले रणांगण,
हा मान तर केवळ ईश्वरी इच्छेला;
आदर्श घालून देऊ शकतो पण आपण,
अढळ राहून जे शिकवतील जगाला.

किती खरं आहे हे! समस्या निर्माण होते, तेव्हा आपल्यापैकी बहुतांश लोकांची पूर्वतयारी नसते. समस्येला तोंड देण्यासाठी आपण मुळीच सज्ज नसतो. एखाद्या वादळाप्रमाणे ती येऊन धडकते आणि आपण तयार नसलो तर ती आपला सर्वनाश करते.

म्हणूनच मित्रांनो, आता अशा एका माणसाची गोष्ट ऐकू या ज्याने अनेक पिढ्यांना प्रेरणा दिली. असा माणूस जो जीवनाच्या प्रत्येक टप्प्यावर आपल्या नेतृत्व गुणांमुळे पुढे आला. नेतृत्व कलेचा गुरू! एक रणनीतीकार! एक राष्ट्रवादी माणूस! एक गुरू! एक शिक्षक! एक विद्वान आणि एक लेखक!

होय! आपण चाणक्याबद्दल बोलतोय.

मोडकळीस आलेली भारतातील अंतर्गत अवस्था आणि कोणत्याही स्तराला जाऊन इथला प्रदेश पादाक्रांत करण्याचा निर्धार केलेला एक शक्तिशाली आक्रमणकर्ता, अशा अत्यंत आव्हानात्मक काळात ज्याने भारताचे पुनर्निर्माण केले असा माणूस!

अशा भीषण परिस्थितीत चाणक्याने कधीच माघार घेतली नाही. तो रणनीती आणि युद्धातील डावपेचांची तंत्रे यांत पारंगत झाला. युद्धकला या विषयात त्याने विशेष प्रशिक्षण घेतले आणि भावी पिढ्यांसाठी एक ग्रंथही लिहिला. तो ग्रंथ म्हणजेच *कौटिल्याचे अर्थशास्त्र.*

चाणक्य आणि युद्धकला या प्रस्तुत पुस्तकात आपण एका प्रवासाला जाणार आहोत. चाणक्याच्या आयुष्यातील अनुभव आणि त्याच्यासमोर उभी ठाकलेली आव्हाने या साऱ्यांचा मागोवा घेणारा प्रवास. थोडेसे मागे जाऊन आपण चाणक्याच्या युगात आणि त्याच्या कालखंडात प्रवेश करू या. त्यापासून प्रेरणा मिळवू या आणि त्याच्या सर्वांगीण ज्ञानातून शिकू या.

या भ्रमंतीत, भारत एक राष्ट्र म्हणून कसे होते हेही आपल्याला उमजेल. प्रत्येक माणसाप्रमाणे चाणक्यालासुद्धा पृथ्वीवर मर्यादित कालावधीच मिळाला होता. तरीही त्याचे विचार त्याच्यानंतरही जिवंत राहिले. पिढ्यानुपिढ्या, जगातील अनेक राजांनी आणि राज्यकर्त्यांनी चाणक्याचे सिद्धान्त तसेच नियम आचरणात आणले म्हणूनच ज्या लोकांनी ही चाणक्य नीती आपल्या समाजात जिवंत ठेवली, अशा लोकांबद्दलही आपण इथे माहिती करून घेणार आहोत.

या प्रवासात, हे पुस्तक एक मित्र बनून तुम्हाला साथ देईल. एक वाचक या नात्याने तुम्ही तुमच्या आयुष्यातील आव्हानांचे मूल्यमापन केले आणि इथे दिलेले तंत्र व मंत्र उपयोगात आणले तर मला आनंद होईल. शेवटी, आपल्या अस्तित्वाचा अंश बनल्याशिवाय कोणताही प्रवास पूर्णत्वास जात नाही.

परिचय

चाणक्य हा एक शिक्षक होता. 'युद्ध रणनीती' हा विषय तो शिकवत असे.

युद्ध आणि युद्धतंत्रे यासंबंधी केलेला सगळा अभ्यास चाणक्याने आपल्या *अर्थशास्त्र* या ग्रंथात लिहिला आहे. या ग्रंथात 'शत्रूवर विजय कसा मिळवावा' याची ६,००० सूत्रे आहेत. *अर्थशास्त्रामध्ये* पंधरा खंड असून, त्यापैकी सात खंड युद्धस्थिती आणि लढाईमध्ये लागणारे कसब यांच्याशी संबंधित आहेत. याव्यतिरिक्त, इतर अनेक कल्पना त्याने *चाणक्य नीती* या आपल्या दुसऱ्या ग्रंथात मांडल्या आहेत.

या पुस्तकात चाणक्याच्या युद्धविषयक गुपितांची उकल आपण करणार आहोत आणि त्यानुषंगाने आपल्या वैयक्तिक व व्यावसायिक जीवनाशी निगडित समस्यांकडे पाहणार आहोत. सीमेवर लढणारे सैनिक असोत, देशांतर्गत आव्हाने पेलणारे पोलीस असोत, निवडणुका जिंकण्याची योजना आखणारे राजकारणी असोत किंवा जगण्याच्या धडपडीत लढणारा सामान्य माणूस असो, प्रत्येकाची 'लढाई' चाणक्याला उलगडलेली आहे.

या पुस्तकात चाणक्याच्या आयुष्यातील अनेक कथा आहेत. 'अलेक्झांडर-द-ग्रेट' याचा पराभव, मगध साम्राज्याच्या, सर्वशक्तिमान राजांपैकी एक असणाऱ्या परंतु सत्तेमुळे मदांध झालेल्या 'धनानंद' राजाला नमवण्याचा शोधलेला मार्ग आणि त्यातून आपल्याच अंतर्गत समस्येवर केलेली मात हे आणि असे अनेक किस्से या पुस्तकात समाविष्ट आहेत. यावरून चाणक्याची दूरदृष्टी आणि योजनांची सक्रिय अंमलबजावणी यांचे दर्शन होते.

आयुष्यात आपल्याला निरनिराळ्या संघर्षांचा सामना करावा लागतो. संघर्षकाळात, आपल्या अंतरंगात क्षणोक्षणी एक युद्ध सुरू असते. अशा प्रकारची आंतरिक युद्धे आणि त्यांचे जीवनविषयक तत्त्वज्ञान सांगणारे काही पैलू यांचादेखील या पुस्तकात अंतर्भाव केलेला आहे, तसेच चाणक्याने मांडलेल्या युद्धाच्या सिद्धान्तांपैकी *साम, दाम,* दंड, *भेद* हा एक अत्यंत प्रसिद्ध सिद्धान्तही या पुस्तकात स्पष्ट करण्यात आला आहे.

आपण 'बुद्धिबळ' या खेळाकडेही विचारपूर्वक पाहणार आहोत. पटावर खेळला जाणारा हा खेळ, आजपर्यंतच्या युद्धविषयक खेळांमध्ये सर्वोत्तम समजला जातो. त्यानंतर, चाणक्याने ज्यांच्याकडून विद्या प्राप्त केली आणि ज्यांचा वेळोवेळी संदर्भ दिला, अशा युद्धशास्त्रातील निरनिराळ्या प्राचीन गुरूंचासुद्धा आपण अभ्यास करणार आहोत.

याशिवाय, विजिगीषू वृत्तीविषयी आपण समजून घेणार आहोत. विजिगीषू वृत्तीचा राजा म्हणजे जगजेते पदाचा दावेदार ठरू शकेल असा भारतीय राजा. विजिगीषूचाही उल्लेख *अर्थशास्त्रात* आढळतो.

विजेतेपद प्राप्त करण्यासाठी आवश्यक असणारे, विविध प्रकारच्या शक्तींचे आणि सामर्थ्यांचे 'जाणते ज्ञान' चाणक्याच्या ठायी होते, त्यासंबंधी या पुस्तकात समजावून सांगितले आहे. कारण, युद्ध म्हणजे सारा शक्तीचाच मामला आणि शक्तीविषयी चाणक्याहून अधिक चांगली समज कोणाला असणार?

पुस्तकाच्या शेवटी, जीवनातील दैनंदिन लढाया जिंकण्यासाठी उपयोगी पडतील असे तंत्र आणि मंत्र सांगितले आहेत.

या पुस्तकाचे पानन्‌पान तसेच शब्दन्‌शब्द वाचण्याचा निश्चय करा. चाणक्य तुमचा प्रशिक्षक आणि गुरू बनून मार्गदर्शन करेल.

युद्धक्षेत्रावर तुमचे स्वागत असो.

१

चाणक्याने अलेक्झांडरचा पराभव कसा केला?

दृढनिश्चयी मनुष्य आपले हाती घेतलेले कार्य पूर्ण केल्याशिवाय थांबत नाही.

– *अर्थशास्त्र* (७.८.१३)

युद्धामध्ये, तुमचा शत्रू कोण आहे, तुम्ही त्याच्यापेक्षा सामर्थ्यवान आहात की दुर्बल आहात किंवा तुमच्याकडे अधिक प्रभावी शस्त्रे आहेत की अधिक मोठे सैन्य आहे, या गोष्टींमुळे विशेष फरक पडत नाही. फरक पडतो तो तुमच्या दृढ निश्चयामुळे.

प्रचंड शक्तिशाली साम्राज्य केवळ एका माणसाच्या इच्छेने कोसळू शकते. शत्रूविरुद्ध वापरता येणारे सर्वांत शक्तिशाली अस्त्र म्हणजे तुमचा स्वतःवरचा विश्वास. स्वतःवर विश्वास असणारा मनुष्य आपले ध्येय गाठल्याशिवाय थांबत नाही.

ही गोष्ट आहे दोन दृढनिश्चयी माणसांची. या माणसांनी संपूर्ण जगाचा इतिहासच बदलून टाकला.

एक होता योद्धा – जग जिंकण्यासाठी निघालेला तरुण करारी नेता. जणू एखादा दैवी अवतारच. पृथ्वीवर वावरणारा हा ईश्वरच आहे असे

अनेकांना वाटायचे. तो चपळ आणि वेगवान होता. त्याच्याकडे निर्भय मनाचे अत्यंत शक्तिशाली सैन्य होते. त्याचे नाव जरी घेतले तरी शत्रूच्या मनाचा थरकाप उडत असे. ही कथा आहे 'अलेक्झांडर द ग्रेट' याची.

दुसरा होता शिक्षक – राजकारणाच्या कलेत निष्णात. युगायुगांचे जाणते ज्ञान त्याच्या ठायी होते. तो एक आदरणीय विद्वान होता, एक क्रांतिकारी तत्त्वज्ञ आणि विचारवंत होता, तसेच एक जबरदस्त रणनीतीकार होता. तो अत्यंत कुशाग्र बुद्धिमत्ता असलेला माणूस होता. त्याचे नाव घेताच लोकांच्या मनात आदराची भावना निर्माण होत असे. एखादी गोष्ट करण्याचा निर्धार केल्यावर त्याला रोखणे कोणालाच शक्य होत नसे. ही गोष्ट आहे चाणक्याची, एका अलौकिक व्यक्तिमत्त्वाची.

ही दोन माणसे, एकाच कालखंडात जगाच्या वेगवेगळ्या भागांत राहत होती. दोन यशस्वी नागरी संस्कृतींचा वारसा त्यांच्या पाठीशी होता. एक जण होता, पाश्चिमात्य तत्त्वज्ञानाचं उगमस्थान असलेल्या ग्रीसमधील; तर दुसऱ्याचे पालनपोषण झाले होते ते ज्ञानभूमी म्हणून ओळखल्या जाणाऱ्या भारतात.

या दोन करारी माणसांची गोष्ट सांगितल्याशिवाय जगाचा इतिहास पूर्ण होत नाही. त्यांचे जीवन पिढ्यानुपिढ्या प्रेरणादायक ठरले आहे. भारतभूमीत, अलेक्झांडर विरुद्ध झालेले युद्ध हे केवळ लष्करी स्वरूपाचे नव्हते; तर एका अर्थाने तो एक 'तात्त्विक लढा' होता. इतरांनीही ज्याचे अनुकरण करावे, अशा एका जीवनमार्गासाठी दिलेला लढा. एका विशिष्ट विचारासाठी दिलेला लढा. असे विचार काळाबरोबर लोप पावत नाहीत, तर काळाच्या कसोटीवर उतरून ते अधिकच परिपूर्ण होतात.

ख्रिस्तपूर्व ३५६मध्ये ग्रीसमधील मॅसेडोनिया येथे, राजा दुसरा फिलीप आणि राणी ऑलम्पियास यांच्या पोटी अलेक्झांडरचा जन्म झाला.[१] अलेक्झांडरने लहानपणापासूनच स्वतःच्या लक्षवेधी शौर्याने सर्वांवर छाप पाडली आणि आपल्या उज्ज्वल भविष्याची झलक दाखवली. अलेक्झांडरला प्रशिक्षण देण्यासाठी, त्याच्या वडिलांनी 'ॲरिस्टॉटल' या शिक्षकाची नेमणूक केली. त्यांनी त्याला साहित्य, विज्ञान, वैद्यकशास्त्र आणि तत्त्वज्ञान या विषयांचे प्रशिक्षण दिले. स्वतःला केवळ आपल्या राज्यापुरते मर्यादित न

---

1. https...//www.history.com/topics/ancient-history/alexander-the-great

ठेवता, त्यापलीकडील प्रांत जिंकून घ्यावेत, असे अलेक्झांडरच्या वडिलांचे स्वप्न होते. आपल्या वडिलांच्या या स्वप्नाचा त्याने पाठपुरावा केला. अलेक्झांडरच्या नेतृत्वाखाली त्याच्या सैन्याने, अत्यंत शक्तिशाली अशा शत्रूचा पाडाव करून पर्शियाची भूमी पादाक्रांत केली आणि अलेक्झांडरला तेथील सिंहासनावर बसवले. जगावर राज्य करण्यासाठी आलेला, अलेक्झांडर हा एक ईश्वरी अवतार आहे, असा समज त्या वेळी होता.

आशियावर विजय मिळविणे हे अलेक्झांडरचे ध्येय होते, त्याचबरोबर ते एक मोठे आव्हानही होते. आतापर्यंत, एकाही युद्धात त्याचा पराभव झालेला नव्हता, हाच मुळात एक महान विक्रम होता. पराभव न पाहिलेले सैन्य म्हणजे अत्यंत आत्मविश्वासाने चाल करू शकणारे एक निर्दयी सैन्य. अलेक्झांडर लवकरच भारतवर्षाच्या सीमेवर आला. या भूमीत आपला वीरतापूर्ण प्रवेश होईल अशी त्याची अपेक्षा होती. तथापि, ही भूमी, इथले प्रांत त्याच्यासाठी आणि त्याच्या सैन्यासाठी नवीन होते. या नव्या प्रदेशातील प्रचलित प्रथा आणि परिस्थिती यांच्याविषयी ते पूर्णपणे अनभिज्ञ होते. सध्याचे पाकिस्तान जिथे आहे, तिथला राजा होता अंभी. अलेक्झांडरला सामोरा जाणारा भारतीय उपखंडातील तो पहिला राजा होता; परंतु अलेक्झांडरच्या सामर्थ्याने दबून जाऊन अंभी त्याला लगेचच शरण गेला.

अलेक्झांडरच्या हे चांगलेच पथ्यावर पडले. आता त्याच्या मार्गातील पुढचा राजा होता पोरस अथवा पर्वतेश्वर. सध्या नवीन पंजाब म्हणून जो प्रांत ओळखला जातो, त्या प्रांताचा तो राजा होता.

पोरस हा अत्यंत स्वाभिमानी राजा होता. अलेक्झांडरला सहज शरण जाण्याची किंवा त्याच्या सत्तेपुढे मान तुकवण्याची पोरसची अजिबातच इच्छा नव्हती. अलेक्झांडर विरुद्धच्या लढाईत त्याने आपले सर्वस्व पणाला लावले. दुर्दैवाने पोरस हरला. मात्र, आयुष्यात मिळालेला एक मोलाचा धडा म्हणून अलेक्झांडरने या लढाईचे चिंतन केले. कधी कधी आपला सामना उत्तम प्रतिस्पर्ध्याशी होतो. अशा वेळी तो शत्रू असला तरी आपल्याला त्याचा आदर वाटतो. अलेक्झांडरला भेटलेला पोरस हा असाच एक राजा होता. पोरसच्या अंगी असलेला सुसंस्कृतपणा आणि नैतिक श्रेष्ठता या गुणांचे दर्शन झाल्यामुळे अलेक्झांडरच्या मनात त्याच्याविषयी आदर उत्पन्न झाला.

युद्धात नामोहरम झालेल्या पोरसला, अलेक्झांडरच्या सैनिकांनी बंदिवान केले आणि अलेक्झांडरच्याच आज्ञेवरून त्याच्या समोर आणले. पोरस आला आणि ताठ मानेने, एखाद्या राजाला शोभेल अशा रुबाबात उभा राहिला. अलेक्झांडरने पराभूत राजाचे असे वर्तन पूर्वी कधीच पाहिले नव्हते, त्यामुळे त्याला ठार करण्याची किंवा कारागृहात ठेवण्याची आज्ञा देण्याऐवजी अलेक्झांडरने पोरसला एक प्रश्न विचारला,

'हे राजा, आता तू एक पराभूत राजा आहेस; तुला कशा प्रकारची वागणूक देण्यात यावी?'

यावर, पोरस, 'आपल्याला क्षमा करण्यात यावी किंवा अलेक्झांडरच्या छावणीतून आपली सुटका करण्यात यावी,' अशी मागणी करेल, अशी अलेक्झांडरची अपेक्षा होती.

परंतु पोरसच्या उत्तराने त्याला धक्का बसला.

तो म्हणाला, 'एका राजाकडून दुसऱ्या राजाला ज्या प्रकारची वागणूक देण्यात येते अगदी तशीच.'

पोरसच्या चेहऱ्यावर आपल्याला मृत्युदंड मिळेल, या भीतीचा लवलेशही नव्हता. याउलट, त्याने आत्मसन्मानाची मागणी केली; त्याच्याशी आदरपूर्वक वागण्याचा आग्रह धरला. अलेक्झांडरसाठी हा अनुभव संपूर्णपणे नवीन होता. त्याला भारतवर्षातील 'धर्मयुद्ध' या नैतिक युद्ध-प्रकाराची माहिती नव्हती. जेव्हा एखाद्या राजाचा पराभव होतो, तेव्हा त्याला ठार मारत नाहीत, अत्यंत टोकाची परिस्थिती असेल तरच तसे घडते. 'पराभूत शत्रूला सोडून द्यावे. एका राजाने दुसऱ्या राजाचा आदर करावा,' अशा प्रकारचे वर्तन नैतिकतेत अभिप्रेत असते.

त्यामुळे पोरस राजावर संतापण्याऐवजी अलेक्झांडरने त्याच्याशी मैत्री केली. भारतीय मूल्यव्यवस्थेवर आधारित युद्धशास्त्रातील एका नव्या नियमाशी त्याचा परिचय झाला. तो नियम म्हणजे तुमच्या शत्रूचा कधीही तिरस्कार करू नका; किंबहुना, त्याचा आदरच करा.

अलेक्झांडरच्या या प्रदेशातील प्रवासाची, ही तर केवळ सुरुवात होती. वाटेत येणाऱ्या आव्हानांपैकी सर्वांत मोठ्या आव्हानाला तोंड देणं अजून बाकी होतं. या वेळी हे आव्हान देणारा कोणी राजा-महाराजा नव्हता; तो होता एक साधा शिक्षक. हा शिक्षकच, या प्रदेशातील अलेक्झांडरच्या पुढील वाटचालीस प्रतिबंध करणार होता.

भारतवर्ष, एक राष्ट्र म्हणून सर्व बाबतीत स्वयंपूर्ण होते. भौगोलिकदृष्ट्या त्याचे स्थान आणि हवामान तिथल्या रहिवाश्यांसाठी अत्यंत अनुकूल होते. उन्हाळा आणि हिवाळा हे इथले नियमित ऋतू होते शिवाय इथे पाऊसही मुबलक पडत असे. त्या काळी या प्रदेशात विविध प्रकारची फळफळावळं आणि भाजीपाला पिकत असे. या पिकांतूनच असंख्य प्रकारच्या भाज्या आणि फळे यांचा पुरवठा होत असे. शिवाय मांसमच्छीदेखील मुबलक प्रमाणात उपलब्ध होती. सर्वांच्या मूलभूत गरजा भागण्याइतपत पुरेसं, सगळं काही या देशात होतं. या भूमीतील शिक्षक आणि आध्यात्मिक गुरू यांनी देशातल्या लोकांना नेहमीच भौतिक जगापासून अलिप्त राहून मोक्षप्राप्तीचा आणि आत्मज्ञानाचा शोध घेण्यास शिकवले. व्यापारी मार्ग आणि व्यावसायिक संधी यांमधून होणाऱ्या आदानप्रदानाद्वारे आपली विचारधारा आपल्या शेजारील भूप्रदेशांमध्ये पसरली; परंतु जे आहे त्यापेक्षा अधिक मिळवण्याची इच्छा धरणं हा मनुष्य स्वभाव आहे आणि त्यानुसार, काही माणसांना अधिकाधिक सत्तेचा व संपत्तीचा लोभ असतो.

त्या काळी भारतवर्ष सोळा प्रादेशिक राज्यांमध्ये विभागलेले होते. सर्व राज्ये, एकमेकांशी भांडण्यात गुंतलेली होती. अनेक शतके, या देशात सतत लढाया चालू होत्या.

त्याच वेळी, तक्षशिला विद्यापीठातील चाणक्य हा शिक्षक मात्र अलेक्झांडरविषयी जागरूक होता. अलेक्झांडरचा या भूमीवरील विजय म्हणजे भारतीय संस्कृतीला असलेला धोका; याची जाणीव आपल्या उपजत ज्ञानामुळे चाणक्याला होती. आपण कायमच 'अतिथि देवो भवः' या संकल्पनेवर विश्वास ठेवला आणि आपल्या प्रदेशात आलेल्या पाहुण्यांना देवस्वरूप मानून त्यांचे स्वागत केले. तथापि, काही आक्रमक हल्लेखोर, अतिथी नसून निराळेच होते. ते लूटमार करून सर्वनाश करण्यासाठी आले होते.

माणसाच्या मानसिकतेकडे पाहण्याचा चाणक्याचा दृष्टिकोन सखोल होता, त्यामुळे त्याला कळून चुकले की, अलेक्झांडरने हा प्रांत जिंकून घेतला तर त्याचा परिणाम, या प्रांतावर राज्य करण्यास आलेला एक नवीन राजा इतकाच मर्यादित राहणार नसून, तो अधिक गंभीर स्वरूपाचा ठरेल. भारतीय हृदयाच्या अत्यंत निकट असणारं आणि भारतवर्षात पुरातन काळापासून जोपासलं गेलेलं ज्ञान तसेच भारताची सुजाण बौद्धिक परंपरा धोक्यात असल्याचं त्याने ओळखलं. अलेक्झांडरच्या मनसुब्यांना निष्फळ

ठरवण्यासाठी एक ठोस योजना आखावी लागेल, हे त्याच्यातील तज्ज्ञ रणनीतीकाराने जाणलं आणि या योजनेसाठी आवश्यक अशा सर्व गोष्टींची जुळवाजुळव करण्यास त्याने सुरुवात केली. चाणक्य हा कोणी राजा नव्हता आणि त्याच्याकडे सैन्यदेखील नव्हते, याची नोंद घेणेसुद्धा इथे महत्त्वाचे आहे.

त्याने आपल्या मनातील योजनांसह, भारतवर्षात अत्यंत बलशाली म्हणून ओळखल्या जाणाऱ्या साम्राज्यांशी संपर्क साधण्याचे ठरवले. सर्व राजांना एकत्रित करावे आणि अलेक्झांडरविरुद्ध लढण्यासाठी एकीच्या बळाचा वापर करावा, अशी त्याची इच्छा होती. एखाद्या राष्ट्राला बाहेरच्या धोक्याची चाहूल लागते, तेव्हा तो धोका उत्पन्न करणाऱ्या शत्रूविरुद्ध निर्माण झालेली संयुक्त आघाडीच त्या शत्रूचा जबरदस्त प्रतिस्पर्धी म्हणून उभी राहते.

हाच दृष्टिकोन मनात ठेवून चाणक्य, त्या काळातील सर्वाधिक शक्तिशाली राजाकडे – धनानंदाकडे गेला. धनानंद भारतवर्षातील सर्वांत मोठ्या सैन्याचा मालक होता.

धनानंद चाणक्याचे बोलणे ऐकण्याच्या मनःस्थितीत नव्हता. त्याच्या बोलण्याला पाठिंबा देण्याऐवजी, त्याने चाणक्याला वाटणाऱ्या सर्व चिंता फेटाळून लावल्या. त्याचे प्राधान्य, फक्त मगध राज्याला होते आणि अलेक्झांडर तिथे पोहोचेल तेव्हा आपण त्याचा सहज पाडाव करू अशी त्याला खात्री होती.

अलेक्झांडरच्या अफाट पराक्रमाचे चित्र उभे करून चाणक्याने त्याचे मन वळवण्याचा खूप प्रयत्न केला.

'जेव्हा आपल्या डोक्यावर हल्ला होतो, तेव्हा आपले हात डोक्याचे तत्पर संरक्षण करतात. आपल्या डोळ्यात धूळ जाते, तेव्हा आपली बोटे ती धूळ बाहेर काढतात.'

असे विधान करून चाणक्याने मगध हा भारताचाच भाग आहे, याकडे राजाचे लक्ष वेधून घेतले आणि भारत भूमीतील सर्व रहिवासी समान आहेत, हा मुद्दा उपस्थित करण्याचा प्रयत्न केला.

धनानंदाने, या तज्ज्ञ रणनीतीकाराकडे मुळीच लक्ष दिले नाही. उलट त्याने चाणक्याचा अपमान केला आणि त्याला दरबाराबाहेर हाकलून

दिले, त्यामुळे चाणक्याला अतिशय संताप आला; परंतु धनानंदाला अद्दल घडवण्याची ही योग्य वेळ नव्हे, हे जाणून चाणक्य आपल्या मूळ समस्येकडे - अलेक्झांडरकडे वळला.

आता दुसरा मार्ग कोणता?

त्या काळी अनेक छोटे-छोटे राजे आणि त्यांची छोटी-छोटी राज्ये होती, त्यामुळे चाणक्याने या राजांची भेट घ्यायला आणि त्यांना आपल्या समोर उभ्या ठाकलेल्या संकटाची कल्पना द्यायला सुरुवात केली.

धनानंदाप्रमाणेच इतर काही राजांनीदेखील या तज्ज्ञ शिक्षकाला पाठिंबा देण्यास नकार दिला. काहींनी त्याचे म्हणणे फक्त ऐकून घेतले; पण कृतीसाठी सरसावले नाहीत, तर काही राजांनी मात्र त्याला समर्थन दिले. 'थेंबे थेंबे तळे साचे' या म्हणीप्रमाणे चाणक्याच्या योजनेला पाठिंबा देणाऱ्या राजांची संख्या हळूहळू वाढू लागली. यामुळे त्याचे सामर्थ्यही वाढू लागले. भारतीय सैन्यांकडे हत्तीबळ होते. बाहेरील शत्रूच्या दृष्टीने हे सामर्थ्य अद्वितीय होते. अलेक्झांडरच्या सैन्यामध्ये उत्तम प्रतीचे घोडे होते; परंतु त्याच्या सैन्याला युद्धामध्ये हत्तींच्या अफाट ताकदीचा सामना कसा करायचा, याची मुळीच कल्पना नव्हती. अशा प्रकारे या प्रांतातील सर्व राजांचे एकत्रित सामर्थ्य वाढतच गेले आणि अलेक्झांडरची ज्याच्याशी गाठ पडणार होती, असे अत्यंत शक्तिशाली सैन्य निर्माण झाले.

अंभी या राजाला आपला मंडलिक बनवल्यानंतर आणि पोरससारख्या शक्तिशाली राजाचा पराभव केल्यानंतर भारतवर्षातील उरलेल्या सर्व राष्ट्रांवर सहज विजय मिळवता येईल, अशी अलेक्झांडरला खात्री होती; परंतु चाणक्याच्या योजनांची पुसटशी कल्पनाही त्याला नव्हती.

चाणक्याच्या हाताखाली अनेक विद्यार्थी आणि विद्यार्थिनी प्रशिक्षण घेत. राज्यकारभार आणि राज्यसंरक्षण यांसाठी आवश्यक असणाऱ्या विषयांचा या प्रशिक्षणात समावेश असे. चंद्रगुप्त मौर्य हा चाणक्याच्या विद्यार्थ्यांपैकीच एक होता. शत्रूकडून अनेक प्रकारची माहिती मिळवण्यासाठी आणि अधिकाधिक चांगली रणनीती आखण्यासाठी एखाद्या गुप्तचर यंत्रणेचा उपयोग होऊ शकतो हेही चाणक्याला ठाऊक होते.

चाणक्याने अशी गुप्तचर यंत्रणा निर्माण केली आणि आपल्या हेरांना मानसशास्त्राचे प्रशिक्षण देऊन तयार केले. शत्रूविषयी माहिती जमवण्याची

आवश्यकता ज्या वेळी जाणवली, तेव्हा चाणक्याने आपल्या पुरुष हेरांना अगोदर पाठवले. हेरांनी शत्रूच्या छावणीत प्रवेश केला आणि त्यांची कार्यपद्धती समजून घेण्याचा प्रयत्न केला. अलेक्झांडरचे साम्राज्य पाहून ते थक्क झाले. परत येताच त्यांनी तिथला सारा वृत्तांत आणि त्यासंबंधीची त्यांची मते चाणक्याला सांगितली; परंतु शत्रूच्या गोटातील शस्त्रात्रे, सैनिकांचे सामर्थ्य आणि अलेक्झांडरचे व्यक्तिमत्त्व याविषयीच्या सर्व वार्ता चाणक्याने मोडीत काढल्या. त्यांनी आणलेल्या माहितीचा चाणक्यावर कोणताच प्रभाव पडला नाही. या माहितीत काहीही नवीन नसल्याचे चाणक्याने त्यांना स्पष्ट केले. वेगवेगळे हेर पाठवूनही कोणतीही वेगळी माहिती मिळाली नाही, तेव्हा मात्र त्याने महिला हेरांना संधी देण्याचे ठरवले. महिला हेरांना त्या वेळी विषकन्या या नावाने ओळखत.

या महिला परत आल्या, तेव्हा त्यांनी अलेक्झांडरच्या सैन्यासंबंधीची आतली माहिती समोर आणली. ही माहिती थोडी विचित्र होती. अलेक्झांडरच्या सैन्याला घराची ओढ लागली असल्याचं त्यांना दिसलं आणि हीच गोष्ट त्यांनी चाणक्यासमोर मांडली. 'हे अनुमान तुम्ही कसे काय काढलेत?' असा प्रश्न चाणक्याने त्यांना विचारला. त्यावर विषकन्यांनी सारी हकिकत सांगितली. 'आपण वेगवेगळी सोंगे घेऊन शत्रूच्या छावणीत प्रवेश करू, तेव्हा आपल्याकडे वासनायुक्त नजरेने पाहिले जाईल,' अशी त्यांची अपेक्षा होती; परंतु तसे घडले नाही. स्वतःच्या लेकीबाळींकडे पाहावे असे वात्सल्य सैनिकांच्या नजरेत होते. या मुलींमुळे त्यांना, घरी मागे राहिलेल्या आपल्या कुटुंबाची आठवण झाली. ही माहिती युद्धाच्या दृष्टीने खूपच निर्णायक ठरू शकेल, असे या विषकन्यांनी चाणक्याला सुचवले.

अनेक वर्षं घराबाहेर राहून सतत युद्ध करणाऱ्या अलेक्झांडरच्या सैनिकांना आपल्या कुटुंबाची आठवण येत आहे हे चाणक्याच्या लक्षात आले. या तज्ज्ञ रणनीतीकाराने मग सैनिकांच्या मनाशी खेळायला सुरुवात केली. अधिकाधिक संख्येने विषकन्या पाठवून त्याने सैनिकांच्या मनात दूरवर असलेल्या त्यांच्या घराविषयीच्या आठवणी जागवल्या. हे एवढंच पुरेसं होतं! त्यामुळे सैनिकांचा उत्साह लक्षात येण्याइतका कमी झाला.

प्रत्यक्ष युद्धाच्या वेळी अलेक्झांडरने आपल्या सैन्याला आक्रमण करण्याची आज्ञा दिली, तेव्हा समोर असलेले हत्तीबळ आणि प्रचंड सैन्य पाहून अलेक्झांडरच्या सैन्याला धक्का बसला. लढता लढता अलेक्झांडरच्या

सैनिकांचा जोश डळमळीत झाला. त्यांना ग्रीसला परत जायचे होते. त्यांची अशी प्रतिक्रिया पाहून अलेक्झांडरला आश्चर्य वाटले आणि एका टप्प्यावर त्याने माघार घेतली.

अशा प्रकारे अखखे जग जिंकण्यासाठी सज्ज झालेल्या आणि सदैव अत्यंत महान योद्ध्यांपैकी एक म्हणून गणल्या गेलेल्या योद्ध्याला एका वेगळ्या प्रकारची युद्धनीती वापरून नामोहरम करण्यात आले.

चाणक्याची युद्धकला ही अशी होती.

'तुमच्याकडे कोणतीही ताकद नसली तरी तुमची जबरदस्त इच्छाशक्ती आणि जोडीला योग्य रणनीती या आधारे तुम्ही कोणाचाही पराभव करू शकता.' विचारांची ताकद ही अशी असते. योग्य दिशेने विचार करणे म्हणजे जणू काही जगातील अत्यंत शक्तिशाली शस्त्र हाती बाळगणे.

'लढाया रणांगणात लढल्या जात नाहीत, तर सेनापतींच्या मनात लढल्या जातात,' अशी म्हण भारतीय सैन्यात प्रसिद्ध आहे.

अगदी याप्रमाणेच चाणक्याने अलेक्झांडर आणि त्याच्या सैन्यदलाच्या मनाशी खेळ करून युद्धात विजय मिळवला.

२

'धनानंद' याचा पराभव चाणक्याने कसा केला?

इतर राजांकडून जमिनी हस्तगत करणारा राजा, राजकारणातदेखील निष्णात असेल, तर निःसंशयपणे त्याला आपल्या साथीदारांकडून तसेच शत्रूंकडूनही विशेष लाभ मिळवता येतो.

– *अर्थशास्त्र* (७.१०.३८)

ख्रिस्तपूर्व चौथ्या शतकाचा कालखंड. त्या कालखंडातील अत्यंत शक्तिशाली साम्राज्यांपैकी एक म्हणजे मगध राज्य. आधुनिक बिहार हे राज्य जेथे आहे त्या प्रांतात मगध वसलेले होते. या प्रांतावर 'नंद' राजवंशातील सर्वोत्तम राजांपैकी काहींनी राज्य केले.

प्रचंड सैन्यबळ असणारे 'मगध' हे एक विशाल राज्य होते. 'नंद' राजघराण्यातील नऊ पिढ्यांचा वारसा या राज्यास लाभला होता. असे राज्य प्रस्थापित होण्यासाठी शक्तिशाली राज्यकर्त्यांच्या अनेक पिढ्या खर्ची पडतात. एखादे साम्राज्य उभे करण्यासाठी एक उत्तम राज्यकर्ता, त्याच्या दरबारातील प्रभावी सल्लागार आणि कार्यक्षम अमात्य यांचा परस्पर ताळमेळ आवश्यक असतो. अनेक सामाजिक, आर्थिक घटकदेखील एखाद्या महान नागरी-संस्कृतीस आकार देण्यात हातभार लावतात. एखाद्या राज्याच्या उत्कर्षात;

शिस्तबद्ध सैन्यबळ, केवळ शत्रूपासून बचावासाठीच सज्ज असलेले नव्हे तर शत्रूच्या मनात धाक निर्माण करणारे गडकिल्ले, आनंदी प्रजाजन आणि मैत्रीचा हात पुढे करणारे शेजारी या सर्वांचे समान योगदान असते.

मगध राज्याची राजधानी होती पाटलीपुत्र. मगध राज्य आपल्या आवश्यक त्या सर्व गरजांबाबत स्वयंपूर्ण होते आणि त्यामुळेच ते त्या काळातील सर्वोत्तम प्रशासन असणारे राज्य म्हणून प्रस्थापित झाले.

परंतु एकाच परिवाराकडे असलेले नेतृत्व आणि राजवंशाचे परंपरागत शासन यांचे जसे फायदे होते तसेच तोटेही होते. अशा वंशपरंपरेत, उत्तराधिकारी म्हणून येणारा राज्यकर्ता चांगला असेल, तर राज्याची प्रगतिपथावरील वाटचाल चालू राहते; परंतु त्या पुढील राज्यकर्ता सक्षम नसेल किंवा त्याचा दृष्टिकोन अयोग्य असेल तर संपूर्ण साम्राज्य कोसळायला सुरुवात होते. त्यामुळे, या प्रकारच्या सत्तांतरात, अत्यंत सक्षम अमात्यांचे (मंत्र्यांचे) मार्गदर्शन आणि सुयोग्य राज्यकर्ता यांच्यावरच सगळी भिस्त असते.

मगध राज्य भाग्यवान होते. नंद राजवंशाच्या आठ पिढ्यांपर्यंत मगध राज्याचे भाग्य टिकून राहिले. या पिढ्यांतील राजांच्या कारकिर्दीत सर्व गोष्टी अगदी योग्य रितीने चालू होत्या. मात्र नवव्या पिढीतील राजा धनानंद याची राजवट लागू झाली आणि मगध राज्याला हळूहळू हादरे बसायला सुरुवात झाली. तोंडात चांदीचा चमचा घेऊन जन्माला आलेला 'धनानंद' हा एक समर्थ नेता मानला जायचा.

दुर्दैवाने सगळेच समर्थ नेते, राज्यकर्ते म्हणून चांगले ठरतातच असे नाही. अनेक गुणी राजे केवळ त्यांच्या मग्रुरीमुळे अयशस्वी ठरतात. धनानंद हुशार होता तसेच त्याचे व्यक्तिमत्त्व आकर्षक होते. एका संपन्न राजघराण्याचा वारसा त्याला लाभला होता, त्यामुळे योग्य वेळ येताच त्याचा राज्याभिषेक करण्यात आला आणि तो राजमुकुटाचा धनी झाला.

सामान्यतः नव्याने येणारा राजा जेव्हा राजघराण्यातील असतो, तेव्हा त्या घराण्याशी संबधित हितचिंतकांच्या त्याच्याकडून खूप अपेक्षा असतात. धनानंद हा पुढील 'आदर्श राजा' ठरावा अशीच सर्वांची अपेक्षा होती; परंतु नियतीच्या मनात मगध राज्यासाठी काही वेगळीच योजना होती.

नव्याने हाती आलेली राजसत्ता उपभोगण्याच्या नादात धनानंद इतका मदांध झाला की, त्याने आपल्या जबाबदाऱ्यांकडे दुर्लक्ष करायला सुरुवात केली. असं म्हटलं जातं की, 'सत्ता माणसाला भ्रष्ट करते आणि निरंकुश

सत्ता हाती आली तर मग भ्रष्टाचाराला कोणतीच सीमा राहत नाही.' राज्यकारभाराकडे लक्ष देण्याऐवजी धनानंद सुखासीनतेत रमला. मद्यपानात आणि स्त्री सहवासातील आनंदातच तो आपला अधिकाधिक वेळ घालवू लागला. मनोरंजनात तो इतका बुडून गेला की, राजकर्तव्य म्हणून ज्या समस्या सोडवल्या पाहिजेत, त्यांच्याकडे तो काणाडोळा करू लागला. या सर्व गोष्टी त्याच्या दिनक्रमाचाच एक भाग झाल्या. बेशिस्त वागणूक हीच त्याची जीवनशैली बनली.

मगध राज्य शक्तिशाली होते; परंतु तिथला राजा सत्तेचा गैरवापर करत होता. लवकरच हा असा नेता आणि त्याचे नेतृत्व यांच्याबद्दल प्रत्येकाच्या मनात शंका निर्माण झाली. आपल्या राजाची अकार्यक्षमता जनतेच्या लक्षात यायला लागली.

सुदैवाने, मगध राज्याला प्रजेचे हित जपणारे आणि तिथले आर्थिक व्यवस्थापन सांभाळणारे समर्थ मंत्री लाभले होते. खरंतर, मगध राज्याची धुरा ज्याच्या खांद्यावर होती तो राज्याचा प्रमुख, राजपदाच्या सुखोपभोगात बुडून स्वतःला हरवून बसला होता; परंतु अशा वेळी त्याचे मंत्री मात्र आपल्या राज्यासाठी, तिथल्या प्रजाजनांसाठी कळकळीने काम करत होते. याशिवाय, मगध राज्यात प्रत्येकच क्षेत्रातील महान शिक्षक आणि श्रेष्ठ विचारवंत होते आणि या गोष्टीचा यथार्थ अभिमान मगधला होता. हे शिक्षक आणि विचारवंत ही मगध राज्याची सर्वांत महान संपत्ती होती. इथल्या शिक्षकांचे आणि विचारवंतांचे ज्ञानभांडार समृद्ध होण्यात राज्यातील सक्षम मंत्र्यांचा खूप मोठा वाटा होता. या मंत्र्यांपैकीच एक होता चणक. तो कार्यक्षम मंत्री होता, राज्यशास्त्राचा कुशल शिक्षक होता आणि लोकांच्या मनात अत्यंत आदराचे स्थान निर्माण केलेला एक महान गुरू होता. तो अत्यंत तत्त्वनिष्ठ होता आणि धनानंदाविषयी त्याच्या मनात मोठ्या आशा-आकांक्षा होत्या. धनानंदानेही आपल्या पूर्वजांप्रमाणे उच्च नैतिक मूल्यांची प्राप्ती करून त्यानुसार स्वतःला घडवावे, अशी त्याची अपेक्षा होती.

चणक वेळोवेळी राजाकडे जायचा आणि त्याला एखादा चांगला सल्ला द्यायचा. नेत्याने कसे वागावे, नेत्याची भूमिका कशी असावी, त्याच्या जबाबदाऱ्या कोणत्या, याविषयी तो चर्चा करायचा. नैतिक श्रेष्ठता आणि सचोटीयुक्त वर्तन हे गुणच नेत्याला खऱ्या अर्थाने 'नेतेपद' बहाल करतात असे सांगणाऱ्या, धर्मग्रंथांमधील अनेक विधानांचा चणक वारंवार उल्लेख करायचा.

दुर्दैवाने धनानंदाने आपले कान बंद करून घेतले होते, त्यामुळे हे सर्व सल्ले दुर्लक्षित राहिले. मीच सर्वशक्तिमान आहे, असा या राजाचा समज होता. ज्येष्ठ व्यक्तींचे आणि शिक्षकांचे बोलणे ऐकून घेण्याची सभ्यता तो पाळायचा; परंतु त्यांच्या सल्ल्याप्रमाणे वागायचं की नाही हे ठरवण्याचा हक्क मात्र तो स्वतःकडेच राखून ठेवायचा.

राजाच्या वाढत्या बेपर्वाईमुळे चणक निराश झाला. मगध राज्याला आर्थिक समस्यांना तोंड द्यावं लागतंय आणि याला केवळ राजाचे बेजबाबदार वर्तनच कारणीभूत आहे असं त्याचं मत होतं, त्यामुळे जर आपलं वैभव वाढवायचं असेल आणि राखायचं असेल, तर त्याची सुरुवात खुद्द धनानंद राजापासूनच होणं गरजेचं होतं.

धनानंदाला मिळणारा प्रत्येक सल्ला तो हसण्यावारी नेत असे. आपल्या राज्याच्या स्थितीविषयी गांभीर्याने विचार केला पाहिजे हे त्याच्या गावीही नव्हते.

एके दिवशी सगळ्याच गोष्टींनी भीषण रूप धारण केले.

चणक धनानंदाच्या दरबारात येऊन उभा राहिला. 'राजाने आपल्या वागण्यात सुधारणा केली नाही तर मला त्याच्या विरोधात जाऊन राज्यातील लोकांमध्ये जागृती करावी लागेल,' अशी घोषणा त्याने केली. राज्यातील प्रजा अस्वस्थ होतीच आणि राजाची बेपर्वाई त्यांच्या अस्वस्थतेच्या ठिणगीला तेल घालत होती.

राजा अत्यंत क्रोधित झाला. त्याने चणकला राज-सल्लागार या पदावरून निलंबित केले.

चणकला राजदरबारातील आपल्या पदाची मुळीच पर्वा नव्हती. त्याला आपल्या राज्यातील लोकांची आणि त्यांच्या सुखाची अधिक काळजी होती. आता हे एक वैयक्तिक स्वरूपाचे युद्ध झाले. एक राजा आणि एक शिक्षक यांच्यातील युद्ध.

चणकला चाणक्य नावाचा एक लहान मुलगा होता. आपल्या वडिलांनी हाती घेतलेल्या कार्याची त्याला कल्पना नव्हती.

धनानंदाकडून अपमानास्पद वागणूक मिळाल्यानंतर चणक थेट गावातील बाजारपेठेच्या ठिकाणी गेला आणि त्याने तिथे एक सार्वजनिक भाषण केले. मगध राज्याचे नागरिक म्हणून आपल्या हक्कांसाठी प्रत्येकाने उभे राहावे अशी त्याची इच्छा होती. आपल्या राजाने त्याच्या जबाबदाऱ्या

कसोशीने पार पाडाव्यात अशी अपेक्षा त्याने व्यक्त केली. त्याने राजाच्या निष्काळजीपणाचे आणि त्यामुळे पडलेल्या भ्रष्ट प्रघातांचे पितळ उघडे पाडले.

ही बातमी राजाच्या कानावर गेली, तेव्हा राजाबरोबरच दरबारातील उच्चपदस्थांच्या मनात चिंता निर्माण झाली. धनानंदाचे अनेक मंत्री धनानंदाच्या चुकीच्या प्रथांना आजवर पाठिंबा देत होते. या नवीन घडामोडींमुळे त्यांचे वैयक्तिक स्वार्थ धोक्यात आले होते. या समस्येला खतपाणी मिळण्याआधीच तिचा निकाल लावला पाहिजे, असे त्यांनी सुचवले आणि चणकच्या नेतृत्वाखाली चाललेली चळवळ रातोरात दडपून टाकण्याची योजना आखली.

राज्यामध्ये यादवी युद्ध सुरू होण्याच्या मार्गावर होते.

त्या रात्री एक विचित्र घटना घडली. पुढील सार्वजनिक सभांमध्ये प्रजेला उद्देशून करायच्या भाषणाची तयारी चणक करत होता. मगध राज्यातील प्रजाजनांच्या जागृतीसाठी, बाजारात झालेल्या सभेव्यतिरिक्त अजून काही सभा बोलवायच्या असे त्याने ठरवले होते. त्याच वेळी काही सैनिकांचा गट आला आणि त्यांनी त्याला ताब्यात घेतले. चणकला ठार करण्याचा कठोर आदेश धनानंदाने दिला होता. मध्यरात्रीच्या सुमारास चणकला बाजारपेठेच्या ठिकाणी अगदी मधोमध झाडावर लटकवण्यात आले. दुसऱ्या दिवशी लोक बाजारात आले तेव्हा त्यांना चणकचा मृतदेह दिसला आणि भीतीने त्यांचा थरकाप उडाला.

आपली योजना यशस्वीपणे अमलात आणल्यामुळे धनानंद सैनिकांवर खूश झाला. त्याच्या या कृतीने लोकांना एक खरमरीत संदेश मिळाला होता. यापुढे राजाविरुद्ध आवाज उठवण्याची हिंमत कोणीही करणार नव्हते. घडलेल्या घटनेला कसा प्रतिसाद द्यावा हेच लोकांना कळत नव्हते; धनानंदाचा हेतू सफल झाला. चणकसारख्या महान शिक्षकाला इतक्या उघडपणे ठार करण्यात येते तर मग सामान्य माणसाची काय गत? मगध देशातील लोक भीतीने गर्भगळीत झाले.

नंद घराण्यातील व्यक्तीच्या हातून अशा प्रकारची, एखाद्या शिक्षकाला ठार मारण्याची कृती घडावी हे अगदीच अनपेक्षित होते. हे घराणे उत्तमोत्तम शिक्षकांचा सन्मान करणारे आणि त्यांचे मोल जाणणारे पहिले राजघराणे होते; परंतु आता मात्र योग्य मार्ग दाखवल्याबद्दल स्वतःच्या शिक्षकांना ठार करणाऱ्या राजाचे मगधवर राज्य होते.

पाटलीपुत्र राज्यामध्ये अनेक चांगले शिक्षक होते. चणकचे चांगले हेतू त्यांना ज्ञात होते. चणकच्या दुर्दैवी आणि अकाली मृत्यूबद्दल ऐकताच, आता त्याच्या कुटुंबालाही खूप मोठा धोका आहे, याची त्यांना खात्री पटली.

बघता बघता ही बातमी सगळ्या शिक्षकांपर्यंत पोहोचली. त्यातील काही शिक्षकांनी ताबडतोब चणकच्या पत्नीशी संपर्क साधला. त्यांना तिच्या सुरक्षिततेविषयी काळजी वाटत होती. चणकची बायको ही अत्यंत खंबीर स्त्री होती. आपल्या पतीचे ध्येय अर्धवट सोडून दूर निघून जायची तिची मुळीच इच्छा नव्हती. आपला मुलगा–चाणक्य सुरक्षित राहावा म्हणून त्याला दूर पाठवायला मात्र ती तयार झाली. चाणक्याला त्याच्या नगरापासून खूप दूर असणाऱ्या तक्षशिला विद्यापीठात पाठवावे, असा निर्णय सर्व शिक्षकांनी मिळून घेतला. तक्षशिला विद्यापीठातील अनेक शिक्षकांशी चणकचे मैत्रीपूर्ण संबंध होते. चणकचे हे मित्रच त्या विद्यापीठात चाणक्याची राहण्याची आणि शिक्षणाची सोय होईल, याचा बंदोबस्त करणार होते.

लहानग्या चाणक्याला सगळ्या घडामोडी सांगण्यात आल्या, तेव्हा त्याने त्यामागची कारणे विचारली. आपल्या वडिलांच्या नशिबी जे आले ते कळल्यावर, तो संतापाने लाल झाला; पण एक लहान मुलगा काय करू शकणार होता? आपला संताप व्यक्त करण्याव्यतिरिक्त, त्याला काहीच करता येत नव्हते. काही शिक्षकांनी आणि त्याच्या आईनेही त्याचे मन वळवण्याचा प्रयत्न केला. शेवटी, अधिक चांगल्या आणि सुरक्षित भविष्यासाठी त्याने पाटलीपुत्र सोडण्याची तयारी दाखवली.

तक्षशिला नगरीत पोहोचताच, त्याला विद्यापीठात त्वरित प्रवेश देण्यात आला. तिथल्या शिक्षकांनी त्याच्या वडिलांच्या महान कार्याविषयी आधीच ऐकले होते. त्याचे वडील मगधच्या बलाढ्य राजाविरुद्ध कसे खंबीरपणे उभे राहिले ही हकिकतसुद्धा त्यांच्या कानावर आली होती. असे असले तरी फक्त आपल्या वडिलांच्या कीर्तिछायेत वाढण्यासाठी चाणक्य तक्षशिलेला आला नव्हता.

चाणक्याने पुढील काही वर्षांत, आपल्या आयुष्यातील चांगल्यात चांगले आणि वाइटात वाईट असे दोन्ही प्रकारचे दिवस पाहिले. त्याला आपल्या घराची खूप आठवण येत असे. वडिलांच्या मृत्यूनंतर आईला एकटं सोडून त्याला तक्षशिलेला यावं लागलं होतं, त्यामुळे तिच्या काळजीने

त्याचे मन व्यथित होत असे. सतत तिच्या सुखाचा विचार त्याच्या मनात येत असे. गेली अनेक वर्षं, तिच्या ख्यालीखुशालीचा एकही शब्द त्याच्या कानावर आला नव्हता.

तक्षशिलेने चाणक्याचे लक्ष भूतकाळाकडून वर्तमानाकडे वेधून घेण्यात मदत केली होती. या विद्यापीठातील अत्यंत अनुभवी शिक्षकांच्या ज्ञानाचा आणि बुद्धिमत्तेचा लाभ घेण्याची संधी त्याला होती. इथला प्रत्येक शिक्षक म्हणजे एक चालतीबोलती आख्यायिकाच होती. हे शिक्षक आपापल्या विषयात पारंगत होते. भारतवर्ष त्या काळी, जाणत्या बुद्धिमत्तेच्या संपत्तीसाठी ओळखले जायचे. तक्षशिला आणि नालंदा यांसारख्या विद्यापीठातील शिक्षक जगाच्या विविध भागांतील सर्वोत्तम राजांचे सल्लागार म्हणून भूमिका बजावत होते.

तक्षशिला विद्यापीठात हजारो विषय शिकवले जात. यांपैकी चाणक्याने आपला आवडता विषय - राज्यशास्त्र हा निवडला. त्याला 'राजनीती' किंवा 'राजविद्या' म्हणजेच 'राजांसाठीचे ज्ञान' असे संबोधत. प्राचीन भारतीय संस्कृतीनुसार राज्यशास्त्राचे तांत्रिक नाव होते 'अर्थशास्त्र.'

त्या काळी अर्थशास्त्र शिकवणारे अनेक शिक्षक होते. या विषयावर अनेक ग्रंथदेखील उपलब्ध होते. अर्थशास्त्राच्या या शिक्षकांना पूर्वाचार्य म्हणत. चाणक्याने आपला बहुतांश वेळ, या शिक्षकांनी अर्थशास्त्रात मांडलेल्या निरनिराळ्या सिद्धान्तांचा अभ्यास करण्यासाठी आणि ते समजून घेण्यासाठी दिला. पूर्वाचार्यांनी दिलेल्या विविध शिकवणींचा अभ्यास केल्यामुळे, त्याचे मन राज्यशास्त्राची तंत्रे आत्मसात करण्यात गुंगून गेले. त्यांनी वापरलेली युद्धतंत्रेही त्याला भावली. चाणक्याने युद्धस्थिती, रणनीती, लष्करी शास्त्र आणि राजकारण या विषयांवरील ग्रंथ वारंवार वाचले. या ग्रंथांनी त्याला आपल्या राष्ट्राचे मित्र आणि शत्रू यांच्याशी, व्यवहारात कसं वागावं याची दृष्टी दिली. राज्यशास्त्र या विषयात प्रभुत्व मिळवायचे असे आपले ध्येय चाणक्याने निश्चित केले.

काळाची पाने भराभर उलटत गेली आणि चाणक्याला 'सर्वोत्तम विद्यार्थी' असा पुरस्कारसुद्धा मिळाला. तक्षशिला विद्यापीठालाही त्याच्यासारखा उत्कृष्ट विद्यार्थी लाभल्याचा अभिमान होता. हा मुलगा आपल्या वडिलांना अभिमान वाटावा असेच कार्य करेल, असे तिथले शिक्षक सांगू लागले. चाणक्याला आणि त्याच्या वडिलांना एका समान गोष्टीत रस असल्याचं

दिसत होतं आणि ती म्हणजे, ज्या राज्याला आपण पाठिंबा देऊ त्याला कीर्ती प्राप्त करून देणं.

तक्षशिला विद्यापीठात अनेक विषयांवर चर्चा होत असे. चाणक्य हा विद्यार्थी असला तरी चर्चेतील प्रत्येक विषयावर त्याचे स्वतःचे असे स्वतंत्र दृष्टिकोन होते. एक तर्काधिष्ठ पंडित, एक धोरणी रणनीतीकार, एक टीकाकुशल विचारवंत आणि एक उत्तम विश्लेषक या सर्वांचा मिलाफ या एकाच माणसात झाला होता. शिक्षण पूर्ण झाल्यानंतर, तक्षशिला विद्यापीठातच प्राध्यापक म्हणून रुजू होण्यास त्याला सांगितले. चाणक्य विद्यापीठातील सर्वांत लहान वयाचा शिक्षक होता; परंतु विद्यापीठातील विद्यार्थी त्याच्या व्याख्यानाची आतुरतेने वाट पाहत असत. इतर शिक्षकांनीदेखील त्याच्या व्याख्यानास लावलेली हजेरी, हे विद्यापीठातील नेहमीचेच दृश्य झाले होते. हे शिक्षक त्याच्याकडून शिकण्याचा प्रयत्न करत. आपला विषय शिकवण्याची चाणक्याची पद्धत विलक्षण होती. प्रखर बुद्धिमत्तेचे विद्यार्थी, सखोल ज्ञानाच्या शोधाचा प्रवास सुरू करण्यास प्रवृत्त व्हावेत, अशी ताकद बारकाईने केलेल्या त्याच्या विश्लेषणात होती. आपल्या विद्यार्थ्यांना प्रश्न विचारण्यासाठी त्याने नेहमीच प्रोत्साहन दिले.

'आपल्याला मिळालेल्या प्रत्येक उत्तरावर पुन्हा प्रश्न उपस्थित करावा', असे चाणक्याने आपल्या विद्यार्थ्यांना नेहमीच सांगितले. वरवर समाधान करणारे कोणतेही उत्तर त्यांनी स्वीकारू नये, असा आग्रह त्याने धरला. शिकताना त्यांनी अत्यंत बारकाईने आणि तर्कशुद्ध पद्धतीने विचार करावा, यासाठी त्याने आपल्या विद्यार्थ्यांना नेहमीच प्रोत्साहन दिले. शिकवलेल्या पाठावर विद्यार्थ्यांनी त्यांचं पूर्ण समाधान होईपर्यंत प्रश्न विचारले, तरच आपण आपलं काम उत्कृष्टपणे पार पाडलं, असं चाणक्याला वाटायचं. 'तुमच्यामधून मला नेते निर्माण करायचे आहेत; अनुयायी नाही आणि त्यासाठी तुम्ही एक कल्पक विचारवंत बनणे हाच सर्वोत्तम मार्ग आहे,' असे त्याने आपल्या विद्यार्थ्यांना कायम सांगितले.

चाणक्याने वर्गात शिकवलेल्या संकल्पनांवर चर्चा झाल्याशिवाय विद्यापीठातील वादविवाद पूर्ण होत नसत. चाणक्य, राज्यशास्त्र विषय घेतलेल्या विद्यार्थ्यांनाच शिकवत होता, तरीदेखील त्याच्या शिकवण्यात आणि विचारांत इतकी ताकद होती की, त्याने त्याच्या वर्गात शिकवलेले पाठ इतर विषयाच्या वर्गातील विद्यार्थ्यांनादेखील ज्ञात असत.

परंतु सगळ्याच चांगल्या गोष्टींना शेवट हा असतोच. एके दिवशी पाटलीपुत्र नगरीतून एक दूत खलिता घेऊन आला. इतक्या वर्षांमध्ये इथल्या प्रत्येकाचे मन जिंकून घेणाऱ्या चाणक्य या तरुण शिक्षकाच्या नावाने तो खलिता होता. 'तू परत येण्याची वेळ आली आहे. पाटलीपुत्र नगरीकडे परत फिर. अधिक मोठे कर्तव्य तुला पार पाडायचे आहे. मगध राज्य तुझी वाट पाहत आहे. तक्षशिलेमध्ये तू जे काही शिकलास आणि शिकवलेस त्याचा प्रत्यक्ष प्रयोग मगध राज्यात करण्याची आवश्यकता आहे. तुझ्या सिद्धान्तांना प्रत्यक्ष कृतीत आणायची वेळ आली आहे. तुझ्या युद्धविषयक कल्पनांना इथे, मगध राज्यात अमलात आणण्याची गरज आहे. हे पत्र मिळताच ताबडतोब निघून ये.'

ते पत्र त्याच्या वडिलांचे निकटचे स्नेही असणाऱ्या मगधमधील एका ज्येष्ठ शिक्षकांनी पाठवले होते. लहानपणी पाटलीपुत्र नगरीतून चाणक्याची सुटका करण्यात ज्यांनी मदत केली, अशा शिक्षकांपैकी ते एक होते.

ते पत्र वाचून तरुण चाणक्याचे मन भरून आले. त्याच्या डोळ्यांतून अश्रू ओघळू लागले. तो एक लहान असाहाय्य मुलगा होता, तेव्हाचे सारे दिवस त्याला स्पष्टपणे आठवले. आपल्या जिव्हाळ्याच्या सर्व गोष्टी त्या वेळी त्याने मागे सोडल्या होत्या. यामध्ये त्याची प्रिय आईसुद्धा होती. धनानंदाचा विचार मनात येताच, तेव्हाच्या साऱ्या घटनांविषयीचा संताप आणि निराशा यांनी त्याचे मन पेटून उठले आणि आता ती वेळ आली होती, चाणक्याने परत फिरण्याची वेळ; आपले जीवनकार्य पूर्ण करण्याची वेळ. तो तयार होता; परंतु पाटलीपुत्रकडे जाणारा मार्ग मात्र त्याच्या स्वागतास तितकासा उत्सुक नव्हता.

पाटलीपुत्र नगरीच्या प्रवेशद्वाराशी पोहोचताच त्याच्या मनात अनेक आठवणी दाटून आल्या. त्याने आपल्या बालपणीच्या शाळेला भेट दिली. तो जिथे खेळायचा ती जागा, त्याच्या मित्रांची घरं, गावातील मंदिरं आणि बाजार या सर्व ठिकाणी तो जाऊन आला. त्याने या साऱ्या गोष्टींचे नव्याने निरीक्षण केले; परंतु तो जिथं जिथं जाऊन आला तिथलं सारं काही आलबेल होतं असं त्याला मुळीच वाटलं नाही. भेटलेल्या प्रत्येकाच्या डोळ्यात त्याला दुःख आणि वेदना दिसली. एखाद्या नैसर्गिक आपत्तीमुळे यावी तशी अवकळा संपूर्ण नगरीवर पसरली होती. प्रत्येक जण शोकाकुल असल्याचं त्याला वाटत होतं. अरेरे! काय अवस्था झाली होती पाटलीपुत्र

नगरीची... मगधसारख्या महान राज्याच्या नामांकित राजधानीची! त्याने ही नगरी सोडली तेव्हा इथलं चित्र असं अजिबात नव्हतं.

चाणक्याकडे परिस्थितीचे विश्लेषण करत बसण्याइतका वेळ नव्हता. त्याची पावले वेगाने आपल्या घराच्या दिशेने वळली. तिथे जाऊन, त्याला आपल्या आईला भेटायचे होते. आपल्या गावी पोहोचल्यावर प्रथम आईला भेटणे हेच त्याचे एकमेव ध्येय होते; पण तिथे त्याने जे पाहिले ते धक्कादायक होते. त्याचे घर अगदी जीर्णावस्थेत होते. ते पूर्णपणे मोडकळीस आले होते. तिथे कुणी राहत असल्याच्या कोणत्याच खुणा दिसत नव्हत्या. आपली आई दिसेल या आशेने चाणक्य आतल्या बाजूस धावला. प्रत्येक खोलीत शोध घेतल्यानंतर ती आसपास कुठेच नाही हे त्याच्या ध्यानात आले. हरवलेलं लहान मूल आपल्या आईला शोधताना जसं रडेल तसा आक्रोश चाणक्याने केला. स्वतःला सावरायला आणि भानावर यायला त्याला थोडा वेळ लागला. तोपर्यंत त्याचे काही शेजारी तिथे आले होते.

चाणक्य विष्णुगुप्त नावाने ओळखला जायचा. ते त्याचे मूळ नाव होते. त्याच्या शेजारी राहणारी त्याची काकू आता म्हातारी झाली होती. ती धावत त्याच्याजवळ आली. त्याने तिला आपल्या आईविषयी विचारले. यावर तिथे जमलेल्या सर्वांनीच मौन पाळले. आपल्या आईविषयी पुन्हा पुन्हा विचारल्यानंतर, तिथल्या शांततेचा भंग करत कोणीतरी त्याला त्याची आई स्वर्गवासी झाल्याचे सांगितले. त्याच्यावर जणू वीज कोसळली आणि तो कोलमडून गेला.

मनःस्थिती थोडी ठीक झाल्यावर चाणक्याने आपल्या काकूला घडलेल्या घटनांविषयी विचारले. चाणक्य निघून गेल्यानंतर त्याच्या आईची जगण्याची इच्छाच मरून गेली होती. तिचा पती आणि तिचा पुत्र हीच तिची ताकद होती. चाणक्याने तक्षशिलेला प्रस्थान केल्यानंतर ती आपले मानसिक सामर्थ्य गमावून बसली. स्वतःचे मरण डोळ्यांना दिसू लागताच, तिने आपल्या मुलासाठी एक निरोपाचा संदेश ठेवला. या संदेशात तिने म्हटले होते की, 'एक दिवस चाणक्य परत येईल आणि मगध राज्याचा तारणहार बनेल.' मगध राज्याची कीर्ती चाणक्याला परत मिळवयाची होती आणि त्याच्या आईचा आशीर्वाद सदैव त्याच्या पाठीशी होता. आपले अश्रू कसे थांबवावते हे त्याला समजत नव्हते. आता तो अनाथ झाला होता.

एका ओळखीच्या चेहऱ्याने घरात प्रवेश केला. कोण आलं हे पाहण्यासाठी चाणक्याने मान वर केली. एके काळी अत्यंत आदराने आणि

श्रद्धेने ज्यांच्याकडे बघितले जायचे असा तो एक तेजस्वी आणि बुद्धिमान चेहरा होता. ती व्यक्ती अन्य कोणी नसून चाणक्याला तक्षशिलेला पाठवणारे त्याच्या वडिलांचे मित्र होते. त्यांनीच चाणक्याला पत्र लिहून परत बोलावले होते. त्यांनी त्याला मगधला परत येण्याच्या हेतूचे स्मरण करून दिले.

'हे चाणक्य, सर्व जगाचे लक्ष वेधून घेणाऱ्या तक्षशिला या गुरुकुलामधून आलेला तू, आता आचार्य चाणक्य आहेस. एका सर्वोत्तम विद्यापीठात अध्ययन करता यावं आणि एक सर्वगुणसंपन्न व्यक्ती म्हणून तुझी जडणघडण व्हावी, यासाठी तुला तिथे पाठवण्याचा निर्णय मी घेतला. तू आमच्या अपेक्षेपेक्षा अधिक यश मिळवलेस याचा आम्हाला आनंद वाटतो. मगध राज्याला आणि तुझ्या पालकांना अभिमान वाटावा अशीच आजवरची तुझी वाटचाल आहे. आता तुला अधिक मोठ्या भूमिकेतून आपले कार्य पूर्ण करायचे आहे. तुझे माता-पिता आता हयात नाहीत; परंतु तुझ्या दुसऱ्या मातेची म्हणजेच तुझ्या जन्मभूमीची सेवा करणे हे आता तुझे कर्तव्य आहे. आपल्या भारतमातेला राजनीतीच्या तुझ्या ज्ञानाची आवश्यकता आहे. तू राजनीतीमध्ये प्राप्त केलेले सर्व नैपुण्य तुला इथे प्रत्यक्षात उतरवायचे आहे. तुला धनानंदाला पदच्युत करावे लागेल आणि राजांची नवी शृंखला प्रस्थापित करावी लागेल. तुला भारतवर्षाचा सुवर्णकाळ पुन्हा प्रस्थापित करावा लागेल. तुला नेत्यांच्या नव्या पिढ्यांना राजविद्येचे प्रशिक्षण द्यावे लागेल. तुला तुझे स्वतःचे अर्थशास्त्र लिहावे लागेल आणि हे सर्व होईपर्यंत तुला थांबता येणार नाही.'

चाणक्याचे काही दिवस शोकामध्ये गेले; परंतु नंतर त्याने परिस्थितीचा स्वीकार करून धनानंदाला पराभूत करण्यासाठी रणनीती आखण्यास सुरुवात केली. हे सोपे नसल्याची कल्पना त्याला होती. तो राजा नव्हता तसेच त्याच्याकडे स्वतःचे सैन्यही नव्हते. धनानंदापेक्षा फक्त दोनच गोष्टींमध्ये तो वरचढ होता. एक म्हणजे त्याचे ज्ञान आणि दुसरी, रणनीती या विषयातील विचारवंत म्हणून त्याच्या अंगी असणारी क्षमता.

धनानंदाला सामोरे जाण्यास चाणक्य तयार आहे, हे त्याला पाटलीपुत्र नगरीत परत आणलेल्या शिक्षकांना ठाऊक होतं; पण तत्पूर्वी, तरुण चाणक्याला प्रशिक्षणाची आणि मार्गदर्शनाची गरज असल्याची जाणीवही त्यांना होती. त्यांनी युद्धाच्या आणि रणनीतीच्या काही सोप्या नियमांनी बद्ध असलेल्या पण आचरणात जाचक वाटणाऱ्या शिस्तीची त्याला आठवण करून दिली.

- *आपल्या शत्रूचा कधीही तिरस्कार करू नका. तुमची रणनीती तिरस्काराच्या मार्गावरून जाणारी नसावी. शत्रूच्या द्वेषाचं सावट पसरलं तर आपल्या विचारांमध्ये अस्पष्टता येते आणि आपले निर्णय चुकण्याची शक्यता असते. युद्धामध्ये शांत आणि स्थिर चित्त हे सर्वांत मोठे शस्त्र आहे.*
- *निराशा फक्त आत्मघाताकडे घेऊन जाते. शत्रूला सोडून देऊ नका. कारण, ते भ्याडपणाचे ठरेल; परंतु विफल मनाने परत वार केल्यास तुमच्या प्रयत्नांना फळ मिळणार नाही.*
- *मौन राहून तुमच्या रणनीतीची आखणी करा. तुमच्या शत्रूला गोंधळलेल्या मनःस्थितीत ठेवा आणि तुमच्या संभाव्य कृतीबद्दल तो सतत विचारात पडेल अशी योजना आखा.*
- *युद्धामध्ये 'योग्य वेळ' ही एक महत्त्वाची संकल्पना असते. आपली योजना अमलात आणण्यासाठी 'योग्य वेळ' येण्याची वाट पाहा.*
- *सद्यःस्थितीचा आणि आजूबाजूच्या वातावरणाचा अभ्यास करा.*
- *तुमचे प्राथमिक ध्येय, तुमच्या शत्रूला पराभूत करणे हे आहे, त्याला ठार मारणे नाही. या दोन गोष्टी एकसारख्या नाहीत. नेत्यालाच ठार केले, तर त्याच्याच पक्षातील दुसरी एखादी व्यक्ती पुढे येऊन नेतृत्व करेल. मग तुम्हाला तिलाही ठार करावे लागेल. त्यानंतर, आणखी एखादी व्यक्ती तुमच्याशी दोन हात करायला तयार असेल. हे असेच चालू राहील.*

आता यापुढे कोणती पावले उचलायची याविषयी चाणक्याने आपल्या शिक्षकांकडे सल्ला मागितला. त्या वेळी ते म्हणाले, 'तुला शिक्षक म्हणूनच आपले कार्य चालू ठेवायचे आहे; पण ते पाटलीपुत्र येथील एका नामांकित गुरुकुलात. या गुरुकुलामध्ये राजपरिवारातील तसेच राजाच्या दरबारातील मंत्र्यांची मुले शिकायला येतात, त्यामुळे मगधमधील घडामोडींची खडान्खडा माहिती मिळवणं तुला शक्य होईल.'

धनानंदाविरुद्ध छेडलेल्या युद्धाची परिपूर्ण योजना आखण्यासाठी चाणक्याला काही वर्षांचा कालावधी लागला; परंतु त्याचे मन सतत कार्यरत होते. योग्य वेळ आली तेव्हा तिथल्या सत्ताकारणाचे सखोल ज्ञान त्याला झालेले होते.

धनानंदाला हरविण्यासाठी त्रिसूत्री धोरणाची आवश्यकता असल्याचा निष्कर्ष चाणक्याने काढला.

१. धनानंदाच्या जागी बसवता येईल, अशा नवीन राजाची त्याला गरज होती. प्रस्थापित राजाचा पराभव करता येतो परंतु त्यानंतर पुढील राजा कोण असा प्रश्न उभा राहतो. नवीन नेता तयार नसेल तर 'नेतृत्वहीन' अवस्था येते आणि यामुळे परीस्थिती अधिक बिघडू शकते. एकवेळ वाईट नेता परवडतो; परंतु नेताच नाही अशी स्थिती अधिक वाईट असते, त्यामुळे आपल्या ध्येयाच्या दिशेने मार्गक्रमण करत असतानाच नवीन नेता निर्माण करायचे त्याने ठरवले. मगध राज्याचा पुढील राजा म्हणून त्याने चंद्रगुप्ताची निवड केली. यथावकाश तो संयुक्त भारतवर्षाचा पहिला सम्राट होणार होता. चंद्रगुप्ताला स्वतः चाणक्याने 'नेतृत्व' या विषयातील प्रशिक्षिण दिले होते आणि मार्गदर्शन केले होते.
२. चाणक्याला त्याचे स्वतःचे सैन्य उभे करायचे होते. युद्धामध्ये शत्रूला कसे हरवायचे याचे अनेक सिद्धान्त त्याने वाचले होते. सैन्याशिवाय युद्ध लढणे शक्य नाही हे तो शिकला होता. मगधमधील गुरुकुलामध्ये विद्यार्थ्यांना शिकवायला सुरुवात केल्यानंतर चाणक्याने आपल्या विद्यार्थ्यांना युद्धाविषयी प्रशिक्षण दिले आणि चंद्रगुप्ताच्या नेतृत्वाखाली स्वतःचे सैन्य निर्माण केले. नव्याने तयार झालेल्या तरुण आणि उत्साही सैन्याचा प्रशिक्षक व रणनीतीकार अशी आपली भूमिका त्याने मर्यादित केली.
३. चाणक्याला आपल्या शत्रूचे मूल्यमापन करणे गरजेचे होते. त्याला ठाऊक होते की शत्रू समर्थ असला तरी त्याच्या सामर्थ्यामध्येच त्याचा कमकुवतपणाही दडलेला असतो. धनानंदाचे सामर्थ्य काय होते? चाणक्याने, धनानंद आणि त्याच्या निंदनीय पद्धतींचा अधिक अभ्यास केला आणि त्याच्या लक्षात आले की, धनानंद अजूनही सिंहासनाच्या धुंदीतच होता. त्याला हेही कळून चुकले की, या दुष्ट राजाची सगळी ताकद अमात्य राक्षस या त्याच्या अत्यंत सक्षम आणि समर्पित मंत्र्यामध्ये सामावलेली होती. धनानंदाच्या मनातदेखील अमात्य राक्षसांबद्दल आदर होता आणि त्यांच्या

> विरोधात धनानंद कधीही गेला नसता. अमात्य राक्षसांइतका त्याचा कोणावरच विश्वास नव्हता, त्यामुळे अमात्य राक्षसांशी कौशल्याने वागणे महत्त्वाचे होते. अमात्य राक्षस धनानंदाशी इतके एकनिष्ठ होते की, त्यांनी त्याच्यासाठी आपले प्राणही दिले असते. एखाद्याने राजाच्या विरोधात जाण्याचा नुसता विचार जरी केला असता तरी त्याला त्यांनी सोडले नसते. अमात्य राक्षस हे चाणक्य समोरील सर्वांत मोठे आव्हान होते. ते माणूस म्हणून श्रेष्ठ होते तसेच राजनीतीतील विद्वान व प्रभावी प्रशासक होते. एखाद्या राजाला केवळ स्वप्नातच मिळावेत असे ते मंत्री होते. चाणक्याने अमात्य राक्षसांना आदराने वागवले. अमात्य राक्षस हे मगध राज्याला आतापर्यंत मिळालेले सर्वोत्तम मंत्री होते हे त्याला ठाऊक होते.

धनानंदाला कसे पराभूत करायचे याबद्दल चाणक्याने सखोल विचार केला आणि त्याच वेळी अमात्य राक्षसांना योग्य तो आदर मिळत राहील, याची खातरजमा केली. अमात्य राक्षस हा चाणक्याच्या विजयाच्या मार्गातील सर्वांत मोठा अडथळा होता; पण तरीही राज्याचा कारभार पाहण्यासाठी त्यांच्याहून अधिक सक्षम मंत्री मिळणेही शक्य नव्हते.

त्यानंतर एक अकल्पित घटना घडली. एक नवीनच समस्या उद्‌भवली.

परिस्थिती अत्यंत आव्हानात्मक असली तरी विचारांची स्पष्टता असेल तर सगळ्या अडचणींमधून मार्ग सापडतो हे चाणक्याला माहिती होते.

तो शांतपणे विचार करू लागला आणि वीज चमकावी तशी लख्खकन एक कल्पना त्याच्या डोक्यात आली. धनानंदाला हरवण्यासाठी वापरता येईल, अशी रणनीती त्याला सापडली.

एका शत्रूविरुद्ध मी, दुसऱ्या शत्रूचा वापर करेन.

धनानंदावर हल्ला करायची योग्य वेळ आली होती; परंतु या वेळी एक वेगळीच पद्धत वापरायची होती. चाणक्य तयार झाला आणि स्वतः धनानंदाची भेट घ्यायला गेला. तेही अगदी आमने-सामने.

३

अंतःस्थ शत्रूवर विजय मिळवण्याचा चाणक्याचा मार्ग

धनुर्धाऱ्याकडून सुटलेला बाण एखाद्या मनुष्याला ठार करेल किंवा करणारही नाही; परंतु सुजाण माणसाने सक्रियतेने वापरलेली बुद्धिमत्ता गर्भावस्थेतील अर्भकालाही ठार करू शकते.

– *अर्थशास्त्र* (१०.६.५१)

पाटलीपुत्रमध्ये असताना चाणक्याची आपल्या वर्गातील एका मुलाशी खूप छान मैत्री होती. दोघांनीही राज्यशास्त्राचा अभ्यास आणि त्यावरील चर्चा यांतून खूप आनंद मिळवला. जगाच्या विविध भागांतील राजकीय परिस्थिती आणि त्यातून निर्माण होणारी विविध राजकीय चित्रे यांचे विश्लेषण करण्यात त्यांनी आपला बहुतांश वेळ घालवला. असेच दिवस निघून गेले आणि ते दोघे मोठे झाले. चाणक्य तक्षशिलेला गेला, तेव्हा त्याचा मित्र पाटलीपुत्र नगरीतच राहत होता आणि त्याने तिथेच आपले अध्ययन चालू ठेवले होते. चाणक्य परत आला, तेव्हा त्यांचे बंध पुन्हा एकदा जुळले.

या दोन मित्रांनी एकमेकांच्या सहवासाचा आनंद घेतला आणि आपापल्या कार्यात एकमेकांना मदतही केली. सुदैवाने, चाणक्याच्या

मित्राला मगध राज्यात मंत्रिपद मिळाले. तो वयाने तरुण असला तरी पाटलीपुत्र नगरीतील राजनीतीच्या आदरणीय विद्वानांपैकी एक होता, तसेच अमात्य राक्षस यांच्या खास मर्जीतलाही होता.

चाणक्य नेहमी म्हणत असे, 'त्याचा मित्रच मगध राज्याचा पुढील पंतप्रधान होईल.' राजकीय वर्तुळात सर्वाधिक अपेक्षित असणाऱ्या आणि अत्यंत प्रख्यात अशा या पदाची महत्त्वाकांक्षा खरंतर कोणत्याही तरुण मुलाने धरली असती; परंतु चाणक्याच्या या बोलण्यावर त्याच्या मित्राचा प्रतिसाद असे, 'चाणक्याने कधी मनात आणलेच तर तोच या पदासाठी अधिक चांगला उमेदवार ठरेल.'

आपल्याला नेमकं काय बनायचंय याबद्दल चाणक्याचे विचार स्पष्ट होते. मंत्री होण्यात आपल्याला फारसा रस नाही, त्यापेक्षा 'राजाला-घडवणारा' अशी भूमिका बजावण्यास आपले प्राधान्य असेल, हे त्याने आपल्या मित्राला सांगितले. भविष्यात जाऊन त्याने स्वतःला कधी पाहिलेच, तर ते केवळ राज्याचा एक जागरूक रक्षणकर्ता या रूपातच पाहिले.

चाणक्याने धनानंदाची समोरासमोर भेट घेण्याची वेळ आली होती. आताच त्याला आपल्या मित्राच्या मदतीची सर्वाधिक गरज होती. ही भेट घडवून आणण्याची विनंती चाणक्याने आपल्या मित्राला केली. हे धोकादायक ठरू शकते, असे सांगून त्याच्या मित्राने ही भेट घडवून आणण्यास नकार दिला. त्याने सांगितले की, भेटायला येणाऱ्या लोकांबद्दल तपशीलवार माहिती काढून मगच राजा त्यांना आपला वेळ देतो आणि चाणक्य हा चणकचा मुलगा आहे हे जर त्याच्या लक्षात आले तर चाणक्याला धोका निर्माण होण्याची शक्यता आहे.

राजाला आपली ओळख पटणार नाही अशी खात्री करून दिल्यानंतरच चाणक्याच्या मित्राने त्याची राजाबरोबरची भेट निश्चित केली आणि त्यासाठी कोणते मार्ग वापरावे लागतील, याचा तो विचार करू लागला. चाणक्याने याविषयी त्याला विचारले, तेव्हा तो स्पष्टपणे म्हणाला, 'मला माझ्या चाकरीची चिंता नाही, माझ्यासाठी आपला देश अत्यंत महत्त्वाचा आहे आणि देशहितालाच माझे प्राधान्य राहील. धनानंदाच्या वर्तनामुळेच, पूर्वीच्या काळी मगध राज्याला शिक्षक समुदायामध्ये मिळणारा आदर नाहीसा होत चालला आहे,' अशी कबूलीही त्याने दिली. 'सर्व शिक्षकांनी राजाच्या विरोधात उभे राहिले पाहिजे' असे चाणक्याने सुचवले; परंतु

त्याच वेळी त्याच्या मित्राने त्याला त्याच्या वडिलांच्या बाबतीत घडलेल्या घटनांचे स्मरण करून दिले. यावर मात्र चाणक्याने दिलेली प्रतिक्रिया खूपच बोलकी होती. तो म्हणाला, 'कधी कधी चांगल्या प्रवृत्तींनी पाळलेले मौन हे वाईट प्रवृत्तींच्या यशामागचे कारण ठरते.'

दरबारातील परिस्थिती चाणक्याला त्याच्या मित्राने समजावून सांगितली. राज्यातील प्रजेच्या हिताला प्राधान्य मिळावे आणि राज्यकारभार सुरळीत चालावा म्हणून मंत्री सर्वोतोपरी प्रयत्न करत होते. त्यांना राजावर आणि त्याच्या प्रत्येक गोष्टीवर लक्ष ठेवावे लागत असे. मंत्री आणि शिक्षक ज्या परिस्थितीत होते, तशा स्थितीत जाऊन विचार केल्याशिवाय त्यांचे हेतू जाणून घेणे कठीण होते.

अशा राजाच्या हाताखाली राज्य चालवताना मंत्री जी गुप्त कार्यपद्धती वापरत होते, ती जाणून घेण्याची उत्सुकता चाणक्याला होती; परंतु ती पद्धत उघड करण्यास त्याच्या मित्राने नकार दिला. चाणक्याने रिंगणात उतरून स्वतःच शिकावे, अशी चिथावणी त्याने दिली. आपल्यासारख्या सामान्य शिक्षकाजवळ दरबारातील गुपिते उघड न करण्याच्या आपल्या मित्राच्या निर्णयाचा चाणक्याने मान ठेवला.

तत्कालीन राजकीय जगतातील समस्या सोडवण्यासाठी आपले सिद्धान्त सुसंगत नसल्याचे चाणक्याने कबूल केले. चाणक्याच्या मित्राने त्याचा विनय जाणला आणि तिथले मंत्री केवळ अमात्य राक्षस या एकाच मंत्र्याच्या ताकदीवर कसे राज्य चालवत होते, हे त्याला समजावून सांगितले. जेव्हा जेव्हा राजाने मंत्र्यांना धर्मसंकटात टाकले, तेव्हा तेव्हा अमात्य राक्षसांनी त्यांना मार्गदर्शन केले, असे सांगून त्याने अमात्य राक्षसांनी दिलेल्या काही धड्यांचे स्मरण करून दिले.

> आयुष्यामध्ये आपल्यासमोर अनेक पर्याय असतात. जेव्हा काय करायचं हे आपल्याला कळत नसतं तेव्हा आपल्यापेक्षा श्रेष्ठ शक्तीचे म्हणजेच ईश्वराचे स्मरण करावे. त्यानेच आपल्याभोवती ही परिस्थिती निर्माण केलेली असते. अति विचार करू नये. प्राप्त परिस्थितीमध्ये आपण आपले कर्तव्य पार पाडत राहावे.

राजाशी भेट घडवून आणण्याचा प्रयत्न करण्याचे आश्वासन चाणक्याच्या मित्राने त्याला दिले; परंतु राजासमोर स्वतःच्या रागावर नियंत्रण ठेवावे लागेल, अशी चेतावणीही त्याने चाणक्याला दिली. खरे युद्ध केवळ बाह्यांगाने लढता येत नाही, तर स्वतःवर नियंत्रण असणारा माणूसच युद्ध जिंकू शकतो हे चाणक्याला ठाऊक होतं.

* * *

बाहेरील शत्रूवर मात करण्यापूर्वी आपल्या 'अंतःस्थ शत्रूंना' कसं जिंकायचं याविषयीच्या अनेक कल्पना प्राचीन भारतीय परंपरेमध्ये मांडलेल्या आहेत. चाणक्याने आपल्या विद्यार्थ्यांना 'इंद्रिय जय' म्हणजेच आपल्या ज्ञानेंद्रियांवर मिळवलेले नियंत्रण ही संकल्पना शिकवली होती. जो स्वतःवर ताबा ठेवतो तोच अंततः युद्ध जिंकतो, स्वनियंत्रण हाच आयुष्यात विजयी ठरणाऱ्या व्यक्तिमत्त्वाचा पाया आहे.

मानवी मनात अनेक भावभावना जन्म घेतात. वेळोवेळी प्रसंगानुरूप भावुक होणे अगदी नैसर्गिक आहे; परंतु आपल्या भावनांनी आपल्या विवेकाचा ताबा घेतला, तर मात्र ती मोठीच समस्या बनते.

आपल्या भावनांचा स्वीकार करा; परंतु भावविवश होऊ नका.

तुमच्या मनात निर्माण होणाऱ्या भावनांकडे लक्षपूर्वक पाहा. आपल्या अंतरंगातील विचारांचे आणि भावनांचे निरीक्षण करणे, त्या भावना आणि ते विचार कधी व का निर्माण होतात तसेच कधी व का विरून जातात हे समजून घेण्यासाठी 'ध्यान' पद्धतीचा उपयोग केला जातो. ध्यान करू शकणारे चिंतनशील मनच केवळ आपल्या भावनांवर ताबा मिळवण्यात यशस्वी होते.

शांत आणि स्थिर मनानेच स्पष्टपणे विचार करता येतो. मनाची अशी अवस्था प्राप्त करणारा माणूस रणनीती आखण्यासाठी अधिक चांगल्या रितीने सज्ज असतो. रणनीतीच आपल्याला शत्रूवर मात करण्यास मदत करते.

शत्रू मोठा आहे की लहान, हे महत्त्वाचे नसते. तुम्ही तुमच्या या प्रतिस्पर्ध्याला कशा प्रकारे तोंड देता हे महत्त्वाचे असते. शांत मन आपोआपच समस्यांच्या पलीकडे जाऊन विचार करते आणि मग समोर असलेल्या आव्हानांमधून वाट कशी काढायची हे त्याला समजते.

जितकं शांत मन तितकी रणनीती सरस.

ध्यानावस्थेत जाऊ शकणारे चिंतनशील मन एकदा का प्राप्त केले की मग रणनीतीविषयक आपल्या विचारप्रक्रियेला सुरुवात कशी करावी? यासाठी, विचार करण्याच्या शास्त्राचा सराव करण्याची आवश्यकता आहे. या शास्त्राला 'आन्वीक्षिकी' या नावाने संबोधले जाते.

ज्यांना नेतृत्व करायचे आहे, अशा सर्वांसाठी तयार केलेले 'आन्वीक्षिकी' हे एक विशिष्ट प्रकारचे ज्ञान आहे. निरनिराळ्या विद्वानांच्या म्हणण्यानुसार हे एक तत्त्वज्ञान आहे; परंतु आपल्या विद्यार्थ्यांनी उत्तम विचारवंत होण्यासाठी आन्वीक्षिकीचे शिक्षण घ्यावे, अशी चाणक्याची इच्छा होती.

आपले विचार जेव्हा स्पष्ट असतात, तेव्हा प्रत्येक क्षेत्रामध्ये आपण यश मिळवू शकतो. युद्धामध्येदेखील आपलं उद्दिष्ट स्पष्ट असण्याची अत्यंत आवश्यकता असते. यानंतर योग्य ती रणनीती आणि डावपेच वापरून आपण आपल्या शत्रूवर विजय मिळवू शकतो.

माणसाचे अंतःस्थ शत्रू कोणते?

अर्थशास्त्रात सांगितल्याप्रमाणे असे सहा शत्रू आहेत. हे शत्रू म्हणजे आपल्यातील काही दुर्गुण. हे दुर्गुण आपले मन भ्रष्ट करतात आणि आपल्या ध्येयापासून आपल्याला विचलित करतात. चाणक्य विविध उदाहरणांतून, या अंतःस्थ शत्रूंविषयी आणि आपल्यावर होणाऱ्या त्यांच्या परिणामांविषयी विद्यार्थ्यांना समजावून सांगत असे.

हे शत्रू म्हणजे :

१. काम (वासना किंवा लालसा) - कोणत्याही गोष्टीबद्दल पराकोटीची लालसा बाळगणे हे कोणाच्याही हिताचे नसते. अनेकांना सत्तेची लालसा असते. याच लालसेने एखाद्या नेत्याला प्रेरित केले, तर तो केवळ स्वतःचाच नाही तर संपूर्ण राज्याचा विनाश करतो.

२. क्रोध (राग) - हा सर्वांत मोठा अंतःस्थ शत्रू आहे. संताप अनावर होतो, तेव्हा जणू आपले रूपांतर एखाद्या ज्वालेतच होते आणि या ज्वालेमध्ये आजूबाजूचे सर्व काही जळून राख होते. अनेक चांगल्या लोकांनी या रागाच्या भरात त्यांना प्रिय असणाऱ्या गोष्टींचा नाश केला आहे, त्यामुळे आपल्या रागाचे व्यवस्थापन करणे गरजेचे आहे.

३. लोभ (हाव) - या दुर्गुणाकडे आपल्याला जास्त लक्षपूर्वक पाहावे लागते. हाव ही फक्त पैशांची नसते तर सत्तेची आणि पदाचीदेखील असते. निसर्गाने आपल्याला आवश्यक असणाऱ्या सर्व गोष्टी पुरवलेल्या आहेत; परंतु एखादा मनुष्य हावरट बनला, तर तो गरजेपेक्षा जास्त गोष्टींची मागणी करतो आणि आपली हाव तृप्त करण्यासाठी निसर्गाचा विनाश करतो.

४. मोह (ओढ) - या अंतःस्थ शत्रूमुळेच एखाद्या राज्यकर्त्याच्या पडझडीला सुरुवात होते. सत्ता सोडण्याची वेळ येते, तेव्हा तशी सहज कृती करण्याची अनेकांची तयारी नसते. ते सत्तेच्या मोहात इतके अडकतात की, 'सत्तेशिवाय जगणंच अशक्य आहे' असे त्यांना वाटते. मोहाला हाताळण्यासाठी आपल्याला अलिप्तता बाळगायला शिकले पाहिजे. अलिप्त मनाचा नेता त्याचे किंवा तिचे कर्तव्य चांगल्या प्रकारे पूर्ण करतो.

५. मद (गर्व) - माणसाच्या मनात एकदा का गर्वाने प्रवेश केला की, त्याच्यातील विनम्रता नष्ट होते. त्याची जागा मग्रुरी घेते आणि पडझडीला सुरुवात होते. यामुळे अहंकार वाढतो आणि आपल्या भोवतीच्या सर्वांपेक्षा आपण वरचढ आहोत, अशी भावना जागृत होते. इतरांच्या मतांसाठी, त्यांनी दिलेल्या माहितीसाठी आपण आपल्या मनाची कवाडे बंद करतो. दीर्घकालीन विचार करता, पुढे जाऊन हीच गोष्ट आपल्या विनाशाचे कारण ठरते.

६. मत्सर (द्वेष) – सामान्यतः आपल्याकडे आहे, त्यापेक्षा अधिक मिळवणाऱ्या व्यक्तींविषयी आपल्या मनात ही भावना निर्माण होते. आपल्या मनात धगधगणाऱ्या द्वेषामुळे असमाधान वाढते आणि त्यामुळे वैफल्य येऊन मनःशांती ढळते. याउलट ज्या व्यक्तीविषयी ही भावना निर्माण होते, तिच्यावर मात्र याचा कोणताच परिणाम होत नाही.

या सहा अंतःस्थ शत्रूंवर मात करण्याचे आंतरिक सामर्थ्य विकसित करण्यासाठी आपले विद्यार्थी सक्षम असल्याची खात्री चाणक्य करून घेत असे.

हे अंतःस्थ शत्रू आपला ताबा कधी घेतील, हे कोणीच सांगू शकत नाही. आपल्यातील जागरूकताच या शत्रूंना शोधून काढण्यासाठी उपयुक्त ठरते. एकेक करून आपल्याला या प्रत्येक शत्रूला हळूहळू दूर करावे लागते.

एकदा का या अंतःस्थ शत्रूंना बाजूला केले की, मन साफ होते. अंतरंग निर्मळ होते आणि आपण अधिक चांगल्या प्रकारे व विस्तृत विचार करू शकतो. आपल्याला हवे ते निर्माण करण्याची मनाची ताकद असते; परंतु त्यासाठी मुळात शुद्ध मन हा पाया पक्का असावा लागतो.

* * *

स्वतःमधील सहा अंतःस्थ शत्रूंमुळे धनानंदाचं मन भ्रष्ट झालेलं होतं आणि हीच त्याची सर्वांत मोठी समस्या होती.

चाणक्याला लवकरच अत्यंत शक्तिमान अशा राजांपैकी एकाला तोंड द्यावं लागणार असल्याची कल्पना होती. चाणक्याच्या मित्राने त्याच्या आणि धनानंद राजाच्या भेटीची व्यवस्था केली. राज्यात येऊ घातलेल्या बाहेरील शत्रूबद्दल राजाला सावध करणे हे या भेटीचे प्रयोजन होते. हा शत्रू म्हणजेच अलेक्झांडर. भारतवर्षातील इतर राज्यांबरोबर युती करून,

या घुसखोराला ग्रीसला परत पाठवण्यासाठी चाणक्याला आपल्या राजाची मदत मिळवायची होती.

आता ही वेळ वैयक्तिक हिशोब चुकते करायची नाही हे चाणक्याला कळून चुकले. राज्य धोक्यात होते. त्यांच्यापुढे एक आणखी मोठी समस्या उभी होती आणि धनानंदाला याबाबतीत सावध केले पाहिजे, असे चाणक्याला वाटलं.

विद्वान आणि शिक्षक यांनी कधी राजाची भेट घेण्याची विनंती केली तर त्याला सपशेल नकार देणारा अशी धनानंदाची ख्याती होती. तक्षशिला विद्यापीठातून आलेल्या चाणक्य या अत्यंत बुद्धिमान शिक्षकाने राजाच्या भेटीसाठी विनंती केली होती. त्यासंबंधी धनानंदाला विचारण्यात आले. मात्र तेव्हा चाणक्य हा अनेक वर्षांपूर्वी आपण ज्यांना ठार मारले होते, त्या शिक्षकांचा अर्थात चणक यांचा मुलगा आहे हे धनानंदाला ठाऊक नव्हते. शेवटी अनिच्छेनेच अगदी थोडाच वेळ भेट घ्यायला तो तयार झाला.

चाणक्याने राजाच्या दरबारात प्रवेश केला, तेव्हा धनानंदाने त्याला भेटीचे प्रयोजन विचारले. राजाला समोरासमोर बघताक्षणीच, चाणक्याच्या मनात भूतकाळातील आठवणींची गर्दी झाली; परंतु आपल्या संतापाला आणि तिरस्काराला आवर घालत त्याने चेहरा शांत ठेवला. असा आत्मसंयम राखण्यासाठी चाणक्याला सराव करावा लागला होता. धनानंदावर विजय मिळवण्यापूर्वी त्याला आपल्या अंतःस्थ शत्रूंवर मात करावी लागली होती.

चाणक्याने अत्यंत निश्चयी स्वरात बोलायला सुरुवात केली. आपली भूमी जिंकण्यासाठी निकराचे प्रयत्न करत पार ग्रीसमधून आलेल्या घुसखोराविषयी त्याने राजाला माहिती दिली. त्याचा पराभव करण्यासाठी चाणक्याने राजाकडे मदत मागितली. अलेक्झांडर अजून मगधपासून खूप दूर आहे हे धनानंदाच्या लक्षात आले. मगधला पोहोचण्यापूर्वी या ग्रीक हल्लेखोराला त्याच्या मार्गातील इतर अनेक राज्यांवर विजय प्राप्त करावा लागणार आहे हे त्याला समजले.

काहीही झाले तरी अलेक्झांडर त्या इतर राज्यांवर हल्ला करणार हे अटळ होते, त्यामुळेच त्यात हस्तक्षेप करण्याची गरज नसून आपल्या राज्याला धोका निर्माण होईल, तेव्हा आपण लढू, असे सांगत धनानंदाने चाणक्याची विनंती धुडकावून लावली.

यावर चाणक्याने एका महत्त्वाच्या मुद्द्याकडे राजाचे लक्ष वेधले. तो म्हणाला की, 'मगधमध्ये पोहोचेपर्यंत अलेक्झांडरने मार्गातील अनेक राज्यांशी मैत्री केलेली असेल किंवा त्यांना आपले मांडलिक बनवलेले असेल, त्यामुळे मगधच्या प्रचंड आणि शक्तिशाली सैन्याला अधिक बलवान अशा ग्रीक सैन्याशी तोंड द्यावे लागेल.' परंतु अहंकारी धनानंद परिस्थितीचे गांभीर्य जाणून घेण्यास असमर्थ ठरला. राज्यावर ओढवलेल्या संकटाकडे त्याने दुर्लक्ष केले आणि निष्फळ चर्चा करण्यात दरबाराचा वेळ वाया घालवू नये, असे चाणक्याला सांगितले.

चाणक्य हार मानायला तयार नव्हता. त्याने राजाकडे राष्ट्र वाचवण्याचा आग्रह धरला. राष्ट्रातील सर्वाधिक शक्तिशाली राज्यकर्त्यांपैकी एक असल्यामुळे मगधच्या राजावर असणाऱ्या जबाबदारीचं, धनानंदाला स्मरण करून देण्याचा त्याने प्रयत्न केला. भारतवर्षातील अत्यंत आदरणीय राजांपैकी एक असल्यामुळे धनानंदाने हे आव्हान स्वीकारण्याची आणि इतर राज्यांबरोबर युती करण्याची आवश्यकताही चाणक्याने अधोरेखित केली.

चाणक्याला निघून जाण्यास सांगूनही त्याने आपले बोलणे सुरूच ठेवल्यामुळे धनानंद क्रोधित झाला. आपल्या अहंकारामुळे धनानंद जणू बहिरा झाला होता, त्यामुळेच चाणक्याच्या प्रतिवादांचा आणि विनवण्यांचा त्याच्यावर काहीच परिणाम झाला नाही. या शिक्षकाला हाताला धरून बाहेर काढण्याची आज्ञा त्याने आपल्या पहारेकऱ्यांना केली; परंतु अमात्य राक्षस पुढे आले; 'शिक्षकांचा सन्मान' हा दरबाराचा नियम असल्याचे सांगून त्यांनी पहारेकऱ्यांना अडवले आणि चाणक्याला सोडण्यास सांगितले. संतापलेल्या धनानंदाने चाणक्याचा अपमान केला आणि एक सामान्य शिक्षक असूनही तो अत्यंत उद्धटपणे वागत असल्याचा आरोप त्याच्यावर केला. हा शेवटचा वार होता आणि आता मात्र चाणक्याने स्वतःची बाजू मांडण्याचे ठरवले. त्याने धनानंदाला स्मरण करून दिले की, शिक्षकांची गणना सामान्य माणसांमध्ये होत नाही. नेते घडवण्याची तसेच त्यांचा विनाश करण्याची क्षमता शिक्षकांमध्ये असते. भविष्यातील संकट लक्षात घेता, स्वतःच्या प्रजेप्रती असलेली जबाबदारी पार पाडण्यात राजा अपयशी ठरत असल्याने चाणक्याने त्याची कानउघडणी केली. तसेच मदांध वर्तनासाठीही त्याने राजाला फटकारले. धनानंदाला आव्हान देण्यासाठी चाणक्याने आपल्या शेंडीची गाठ सोडली (ब्राह्मण लोक, डोक्याच्या मध्यभागी असणाऱ्या

केसांच्या बटेची अशी शेंडी बांधतात). धनानंदाला हरवेपर्यंत आपल्या शेंडीची गाठ परत न बांधण्याची शपथ चाणक्याने घेतली.

चाणक्यासारख्या नीतिमान माणसाने ही दृढ शपथ घेतली होती, त्यामुळे स्वतःची अशी आध्यात्मिक ताकदही त्या शपथेत होती. चाणक्य दरबारातून चालता झाला. त्याने मागे वळून राजाकडे पाहिलेसुद्धा नाही. या शपथेबरोबर नंद साम्राज्याची पडझड हा फक्त काही काळाचाच प्रश्न उरला होता, तर नंद वंशातील धनानंद हा शेवटचा राजा असणार होता.

दरबारातून परत आल्यानंतर चाणक्याने ध्यानस्थ होऊन चिंतन केले. या सर्व वेगवान घटना त्याच्या संतापामुळे घडल्या होत्या आणि आता त्याला मन शांत करून आपल्या ध्येयावर लक्ष केंद्रित करण्याची आवश्यकता होती. अलेक्झांडरकडून असलेला धोका अधिक मोठा होता आणि त्याला तोंड देण्यासाठी नवीन योजना आखण्याची गरज होती. आपल्या ध्येयांचा प्राधान्यक्रम त्याने ठरवला, त्यामुळेच दरबारातील अपमानानंतर मनात निर्माण झालेल्या भावना मागे सारून, आता त्वरित कोणती पावले उचलावी लागणार, हे त्याला समजले.

संतापाच्या भरात, आपल्यापैकी बहुतेकांना कसे वागावे ते समजत नाही. चाणक्य धनानंदाला समोरासमोर भेटला होता. आपल्या पुढील मोठे ध्येय लक्षात ठेवून त्याने त्याच्या रागावर नियंत्रण ठेवले आणि मग त्याने राजाला पराभूत करण्याची प्रतिज्ञा घेतली. त्याच्या समोर असलेल्या ध्येयांपैकी तातडीचे ध्येय ओळखणे महत्त्वाचे होते. *भारताचे रक्षण कर, नंतर धनानंदाचा पराभव कर.* बाहेरील धोका टळल्यानंतर राजासाठी आखलेल्या रणनीतीचा अवलंब तो करू शकणार होता.

समोर असणाऱ्या मोठ्या समस्यांपुढे त्याने धनानंदाबरोबरचे आपले वैयक्तिक शत्रुत्व बाजूला ठेवले होते. दुर्दैवाने, या सगळ्यातून फारसे चांगले काहीच निष्पन्न झाले नाही. देशाची गरज ही वैयक्तिक समस्यांपेक्षा मोठी असते. अनेक आव्हाने एकाच वेळी आपल्यासमोर येतात, तेव्हा स्वतःला शांत ठेवावे लागते. त्यानंतर, कोणती समस्या आधी हाताळायची हे आपल्याला ठरवावे लागते.

आवेगाच्या भरात अस्वस्थ होत अविचाराने वागण्याचा वेडेपणा आपण कधीच करू नये, तसेच आपल्या सर्व समस्या एकत्रित सोडविण्याची घाईही करू नये. मनाच्या अशा अवस्थेत आपण कोणत्याच अडचणीतून मार्ग काढू शकत नाही. एका वेळी एकच आणि एकामागून एक अशा रीतीने सर्व समस्या यशस्वीपणे सोडवता येतात.

युद्धातही असेच घडते. युद्धात शत्रू एकाच वेळी सर्व दिशांनी हल्ला करण्याचा प्रयत्न करतो. शत्रूच्या या रणनीतीमागील युक्ती जाणण्याची आवश्यकता असते. एक चांगला योद्धा परिस्थिती समजून घेतो, तिचे विश्लेषण करतो आणि पहिला वार कोणावर करायचा याचा प्राधान्यक्रम ठरवतो. या उदाहरणावरून, धोरणात्मक पद्धतीने आणि चातुर्याने विचार करणारे मन कशा प्रकारे काम करते ते स्पष्ट होते.

धनानंदाने, चाणक्याला पाठिंबा देण्यास नकार दिला. राजाच्या नकाराचा आपल्या योजनेवर परिणाम होऊ द्यायचा नाही, असा निश्चय चाणक्याने केला. त्याने स्वतः इतर राजांशी संपर्क साधला. काही राजे त्याच्या मोहिमेत सामील झाले तर काही बाहेरच राहिले. शेवटी ज्या सैन्याची त्याने जमवाजमव केली, त्यांचे संख्याबळ अलेक्झांडरच्या सैन्यापेक्षा मोठे झाले. त्याचबरोबर शत्रू सैन्यात विषकन्या पेरणे यासारख्या इतर रणनीतींचादेखील अवलंब करत त्याने अलेक्झांडरला पराभूत केले.

बाहेरील शत्रू निघून गेला. यादरम्यान चाणक्याकडे नवीन नेता तयार झाला होता. तो म्हणजे त्याचा विद्यार्थी चंद्रगुप्त मौर्य. यानेच अलेक्झांडर विरुद्ध उभ्या राहिलेल्या गटांच्या नवीन युतीचे नेतृत्व केले होते. त्याच्या नेतृत्व क्षमतांचा साक्षीदार असणाऱ्या चाणक्याला चंद्रगुप्त हा एक चांगला सम्राट होईल, याबद्दल दृढ विश्वास होता.

चाणक्याचे पुढील ध्येय म्हणजे धनानंदाचा पराभव! ही गोष्ट त्याच्या प्राधान्यक्रमात पहिल्या स्थानावर होती. धनानंदाला सिंहासनावरून दूर केले असते तर राज्याचे सर्वोच्च स्थान रिक्त झाले असते. अशी रिक्त जागा भरून काढण्यासाठी एखादा नवीन नेता प्रतीक्षेत असणे केव्हाही चांगले असते. चंद्रगुप्तामध्ये चाणक्याने त्याला अपेक्षित असलेला नेता पाहिला.

चाणक्याच्या सिद्धान्तानुसार नवीन नेता निर्माण करण्याच्या तीन पायऱ्या आहेत :

१. संभाव्य नेता ओळखणे.
२. त्याला प्रशिक्षण देणे.
३. त्याला संधी देणे.

चाणक्याने चंद्रगुप्ताच्या बाबतीत या मार्गदर्शक तत्त्वांचा अवलंब केला. खूप पूर्वीच त्याने चंद्रगुप्तामधील नेतृत्व क्षमता ओळखली होती आणि नेतृत्व करण्यासाठी लागणाऱ्या कौशल्यांचे प्रशिक्षण त्याला दिले होते. अलेक्झांडर विरुद्ध लढल्या गेलेल्या युद्धात त्याचे नेतृत्व गुण सिद्ध झाले होते, त्यामुळे त्याला मगधच्या सिंहासनावर बसण्याची संधी देण्याची वेळ आता आली होती.

आता फक्त एकच आव्हान उरले होते. ते आव्हान होते, प्रखर बुद्धीचे अमात्य राक्षस यांचे. जोपर्यंत अमात्य राक्षस धनानंदाच्या बाजूने होते तोपर्यंत चाणक्याने आखलेल्या योजनेत यश मिळवणे कठीण होते.

शत्रूकडेही अत्युत्तम मंत्री असतात, तेव्हा त्या परिस्थितीत काय करावे? अशा वेळी, रणनीती आखणे फारसे सोपे नसते; परंतु चाणक्याने ही परिस्थिती हाताळण्यासाठी एक वेगळीच पद्धत शोधून काढली.

प्रत्यक्षात न लढताच जिंकली जाणारी युद्धं ही सर्वोत्तम युद्धं असतात.

शेजारील राज्यांनी मगधविरुद्ध युद्ध छेडण्याचे ठरवले. चाणक्याने या संधीचा, धनानंदाचा पराभव करण्यासाठी आणि चंद्रगुप्ताला सिंहासनावर बसवण्यासाठी वापर केला. जेव्हा अमात्य राक्षसांना याबद्दल समजले, तेव्हा या सगळ्यात चाणक्याचा हात असल्याचं त्यांनी ओळखले; परंतु चाणक्याने धनानंदाला ठार मारले नव्हते. शत्रूचा पराभव करणे म्हणजे त्याला नष्ट करणे नाही. धनानंदाला हद्दपार करून जंगलात पाठवण्यात आले. उर्वरित आयुष्य तिथेच काढण्याचा आणि त्याने केलेल्या वाईट कृत्यांवर चिंतन

करण्याचा सल्ला चाणक्याने त्याला दिला. क्षमाशीलता हे महान माणसाचे स्वभाववैशिष्ट्य असते. चाणक्याने धनानंदाबद्दल असलेल्या तिरस्कारावर मात केली होती.

मगधच्या रक्षकांनी धनानंदाला दूर नेऊन सोडले, तेव्हा या माणसाला जीवनदान का दिले, असे चंद्रगुप्ताने त्याच्या गुरूंना विचारले. अशा प्रकारचा माणूस शांततेने नतमस्तक होऊन राहिल, त्याला वाटत नव्हते. चंद्रगुप्ताच्या रास्त चिंतेची चाणक्याने नोंद घेतली आणि जंगलात राहूनही हा कुटील राजा त्यांच्याविरुद्ध डाव रचू शकतो, हे मान्य केले, तसेच पदच्युत राजावर बारकाईने लक्ष ठेवण्याच्या सूचना आपल्या हेरांना दिल्या असल्याची माहितीही चाणक्याने आपल्या शिष्याला दिली.

मगध राज्याचा राजा म्हणून चंद्रगुप्ताला राजमुकुटाचा मानकरी ठरवल्यानंतर, चाणक्याने त्याच्या पुढील ध्येयावर आपले लक्ष केंद्रित केले. ते म्हणजे अमात्य राक्षसांना आपल्या बाजूने वळवून घेणे. या महान विद्वानाच्या मनात, आपल्याला फसवण्यात आल्याची भावना होती, तसेच चाणक्याच्या योजनेमुळेच धनानंदाची वाटचाल पराभवाच्या दिशेने झाली होती, त्यामुळे अमात्य राक्षस चाणक्यावर अतिशय संतापले होते. चाणक्याने या शिक्षकांशी संपर्क साधला आणि मगध राज्याचा पंतप्रधान या त्यांच्या पदावर राहूनच त्यांनी आपले कार्य पुढे सुरू ठेवावे, अशी विनंती अमात्य राक्षसांना केली, तसेच त्यांनी संपन्न भविष्यासाठी नवीन राजाला मार्गदर्शन करावे असेही त्याने सुचवले.

संतापलेल्या आणि पराजित झालेल्या अमात्य राक्षसांना या प्रस्तावामुळे अपमानित वाटले; परंतु धनानंदासारखा वाईट राज्यकर्ता असूनही, मगध राज्याने भारतवर्षातील सर्व राज्यांचा शिरोमणी असे आपले स्थान अबाधित राखले होते, ते केवळ अमात्य राक्षसांच्याच कार्यामुळे, याची चाणक्याने त्यांना आठवण करून दिली. त्यांच्या कर्तव्यदक्ष कार्यातूनच सरकारी यंत्रणा सुरळीत चालू राहिल्या होत्या. त्यांच्या कार्याबद्दल श्रद्धा व्यक्त करून चाणक्याने अमात्यांना आपला पाठिंबा जाहीर केला होता. चंद्रगुप्त हा तरुण राजा होता आणि त्याला अमात्य राक्षसांसारख्या वरिष्ठ मंत्र्यांच्या जाणत्या सल्ल्याची गरज पडणार होती, हे चाणक्याने त्यांना समजावून सांगितले. पराभूत राजवंशाच्या भूतकाळात रेंगाळण्यापेक्षा मगधच्या भविष्यावर अमात्यांनी लक्ष केंद्रित करावे, अशी चाणक्याने त्यांना विनंती केली. मगध

राज्याची प्रगती आणि संपन्न वाटचाल अमात्यांच्या मार्गदर्शनाखालीच सुरू राहिली असती.

चाणक्याच्या नम्रतापूर्वक आणि दिमाखदार अभिव्यक्तीने अमात्य हेलावून गेले. पंतप्रधान म्हणून काम सुरू ठेवण्याच्या प्रस्तावाचा त्यांनी स्वीकार केला. भारताच्या सुवर्णकाळाची ही तर फक्त सुरुवात होती.

या दरम्यान, चाणक्याने भविष्यातील युद्धांसाठी तयारी सुरू केली. नवीन राजाने आपला पदभार स्वीकारल्यानंतर त्याच्या गौरवामध्ये रमण्याऐवजी त्याने भविष्यात उद्भवू शकणाऱ्या विविध परिस्थितींचा आणि संघर्षांचा अभ्यास सुरू केला.

त्यासंबंधी आपण पुढील प्रकरणात पाहू या.

शांततेच्या काळात तुम्ही जितका जास्त घाम गाळता, तितकेच युद्धाच्या काळात तुमचे रक्त कमी वाहते.

४

युद्धाच्या विविध पद्धती

> आपला खजिना आणि आपले सैन्य यांचा वापर करून राजा आपल्या स्वतःच्या पक्षाला तसेच आपल्या शत्रूच्या पक्षालादेखील आपल्या बाजूने झुकवू शकतो.
>
> – *अर्थशास्त्र* (१.४.२)

आपण युद्धाचा विचार करतो, तेव्हा कोणती गोष्ट सर्वांत प्रथम आपल्या मनात येते?

रणांगण, सैनिक, यंत्रे, शस्त्रास्त्रे, बंदुकी, जोडीला सभोवतालची युद्ध रुदने आणि वेदनाग्रस्त सैनिकांचे कर्णकर्कश्य आक्रोश. याबरोबरच, रणगाडे आणि लढाऊ विमाने, सर्वत्र फुटणारे दारूगोळे, उद्ध्वस्त झालेली शहरे आणि हजारो मृत्यू. काही प्रमाणात युद्धाचे हे चित्र खरं असेलही; परंतु युद्ध केवळ अशाच प्रकारचे असते, असे नाही.

युद्धं अनेक प्रकारची असतात. रोचक गोष्ट म्हणजे त्यातीलच एक असते शीतयुद्ध. या युद्धात ना आवाज असतो, ना रणांगण असते, ना शस्त्रास्त्रे असतात. यात केवळ शुद्ध रणनीती असते.

चाणक्याने युद्धाचे तीन गटांत वर्गीकरण केले आहे.

१. खुले युद्ध

२. गुप्त युद्ध

३. शीतयुद्ध

निरनिराळ्या विरोधकांसाठी निरनिराळ्या पद्धतींचा अवलंब केला पाहिजे, हे चाणक्याला ठाऊक होतं.

एखाद्याजवळ उत्तमोत्तम शस्त्रास्त्रे आणि योद्धे असले तरीदेखील तो युद्ध जिंकण्याची शाश्वती नसते. मग नक्की कशामुळे एखाद्या पक्षाचा फायदा होतो? तो मायावी घटक म्हणजे युद्धामागची *रणनीती*.

अत्यंत पूरक परिस्थितीतील सर्वोत्तम योद्धासुद्धा विजयाची खात्री देऊ शकेलच, असे नाही, त्यामुळे योद्ध्यांना मदत करण्यासाठी आपल्याला एका चांगल्या रणनीतीकाराची गरज असते. रणनीतीकार हा मेंदूचे काम करतो, तर योद्ध्याला शरीराचे काम करावे लागते. जेव्हा मेंदू आणि शरीर यांचा सुसंवाद साधला जातो तेव्हा विजय प्राप्त होतो.

महाभारतात आपल्याला या गोष्टीचा प्रत्यय येतो. अर्जुन हा पांडवांमधील सर्वोत्तम योद्धा होता. तो केवळ कौशल्यपूर्ण धनुर्धारी नव्हता, तर सक्षम लढवय्यादेखील होता. त्याची बाजूसुद्धा धर्माची होती. युद्धाच्या सर्व तंत्रांमध्ये तो पारंगत होता आणि कोणत्याही मार्गाने प्रयत्न केला तरी तो हरण्याची मुळीच शक्यता नव्हती.

याशिवाय तो आपले गुरू द्रोणाचार्य आणि कृपाचार्य यांचा सर्वोत्तम आणि सर्वांत लाडका विद्यार्थी होता. सर्वकाही यथायोग्य होते, तर मग दोन्ही बाजूकडील सैन्य समोरासमोर आल्यावर सुरुवातीलाच काय चुकले?

सर्वोत्तम योद्धा गलितगात्र झाला.

त्याला पुढे कोणताही विचार करता आला नाही. शत्रूला पाहिल्यानंतर त्याचे भावनिक संतुलन ढासळायला सुरुवात झाली. शत्रुपक्ष म्हणजे दुसरे तिसरे कोणी नसून खुद्द त्याचेच नातेवाईक, शिक्षक आणि मित्र होते. आपलेच स्वकीय, आप्तेष्ट यांच्याविरुद्ध लढणे त्याला कसे शक्य होते?

त्याने लढाई न करण्याचा निर्णय घेतला.

लढण्याऐवजी तो विचारात गढून गेला. आपल्याच लोकांना हरवून युद्ध जिंकले तरी त्याचा काय उपयोग आहे? आपण जिंकलो तरी आपणास मनःशांती मिळेल काय? मनातील हा संघर्ष सोडवता न आल्याने अर्जुनाने माघार घ्यायची ठरवले.

त्यानंतर भारतीय इतिहासात श्रेष्ठ रणनीतीकार म्हणून ओळखला जाणारा कृष्ण अर्जुनाच्या साहाय्यासाठी धावून आला.

अर्जुनाने युद्धामधील आपला सहचर म्हणून त्याची निवड केली होती. स्वतः एक राजा असूनदेखील कृष्णाने आपले सैन्य त्याच्या शत्रूला म्हणजेच कौरवांचा नेता असणाऱ्या दुर्योधनाला दिले होते. अर्जुनाला आणि पांडवांना मार्गदर्शन करणे; हेच फक्त कृष्णाचे काम होते. तो एकही शस्त्र हातात धरणार नव्हता, असा करारच झाला होता.

तरीदेखील, रणनीतीकार म्हणून कृष्णाने पार पाडलेल्या भूमिकेनेच सगळा बदल घडवून आणला होता. अर्जुनाने कृष्ण आणि कृष्णाचे सैन्य यांमध्ये, कृष्णाची निवड केली आणि त्याचे सर्व सैन्य दुर्योधनाच्या बाजूने लढण्यासाठी दिले. त्या वेळी तो अत्यंत चुकीचा निर्णय असल्याचं सुरुवातीला वाटत होते; परंतु वास्तवात, एक चांगला रणनीतीकार आपल्या बाजूने असणे हे दुसऱ्या बाजूला असलेल्या करोडो सैनिकांपेक्षा अधिक चांगले असते.

ज्या वेळी अर्जुन विचारांच्या गोंधळात हरवून गेला आणि काय करावे हे त्याला समजेनासे झाले, त्या वेळी कृष्णाने युद्धाविषयीचे नैतिक पाठ देण्याची सर्वांत महत्त्वाची भूमिका बजावली. अर्जुन एका नैतिक पेचप्रसंगातून जात होता अर्थात तो धर्मसंकटात सापडला होता. अर्जुन-कृष्णाने अगदी बारीकसारीक गोष्टींवर साधक-बाधक चर्चा केली आणि सखोल विचारविमर्शामधून हा पेच सोडवला. या चर्चेचा आणि कृष्णाने केलेल्या उपदेशाचा अंतर्भाव महाभारतामध्ये करण्यात आला आहे. सातशे संस्कृत श्लोकांच्या हा भाग भगवद् गीता म्हणून ओळखला जातो. 'अर्जुनाला युद्धभूमीवर केलेले मार्गदर्शन आणि दाखवलेली दिशा यांचे उगमस्थान' इतकेच भगवद् गीतेचे स्वरूप मर्यादित नसून गीता ही भावी पिढ्यांतील प्रत्येकासाठी प्रेरणेचा गहन स्रोत बनली आहे. हिंदू लोकांसाठी हा एक पवित्र ग्रंथ आहे.

वस्तुतः जीवनाच्या प्रत्येक टप्प्यावर येणारे नैतिक पेच सोडवून योग्य ती उत्तरे शोधण्यासाठी गीता मार्गदर्शन करते. गीतेत सांगितलेली तत्त्वे आचरणात आणली तर जीवनातील लढाया आपण जिंकू शकतो.

गीतेमधील वर्णनानुसार, कृष्ण अर्जुनाकडे पाहून हसला आणि बाह्य कारणांमुळे आपल्या ध्येयापासून परावृत्त होणाऱ्या, आपली योद्धा ही भूमिका विसरणाऱ्या अर्जुनाला त्याने 'मूर्ख' असे संबोधले. यानंतर मात्र अर्जुनाला ग्रासणाऱ्या सर्व प्रश्नांची उत्तरे कृष्णाने दिली. त्याच्या या मार्गदर्शनानंतरच अर्जुन कौरवांविरुद्ध उभा राहिला आणि युद्धासाठी तयार झाला; परंतु कृष्णाची भूमिका ही अर्जुनाला कौरवांविरुद्ध केवळ उभे करणे आणि लढायला भाग पाडणे यापुरती मर्यादित नव्हती. ही तर फक्त सुरुवात होती. त्यानंतरची पायरी होती, शत्रूला हरवण्यासाठी आवश्यक असणाऱ्या प्रत्येक हालचालीत त्याला मार्गदर्शन करण्याची.

चाणक्याला संपूर्णपणे समजून घेण्यासाठी कृष्णाच्या 'रणनीतीकार' या भूमिकेचा अभ्यास करण्याची आवश्यकता आहे. कारण, चाणक्यानेसुद्धा हे महान ज्ञान, कृष्णाकडून तसेच युद्धात पारंगत असणाऱ्या महाभारतातील अन्य महारथींकडून प्राप्त केले. चाणक्य लिखित, *कौटिल्याचे अर्थशास्त्र* या ग्रंथात त्याने या गोष्टीचा उल्लेख केला आहे. विविध युद्धपद्धती शिकवणाऱ्या आपल्या वेगवेगळ्या गुरूंच्या अभ्यासावर आधारित हा ग्रंथ आहे.

कृष्णाप्रमाणेच चाणक्यदेखील एक रणनीतीकार होता. एक प्रेरक साहाय्यक म्हणून काम करणारे हे दोघेही आपापल्या पक्षाचे सल्लागार होते. ते प्रत्यक्ष युद्धाच्या बाहेर होते तरीदेखील युद्धाचा महत्त्वाचा भाग होते. कृष्णाने अर्जुनाला दिशा दाखवली त्याचप्रमाणे चाणक्याने चंद्रगुप्ताला सल्ला दिला आणि दोघांनीही दिलेल्या सल्ल्याने युद्धात विजयश्री खेचून आणली.

'सल्लागार तुम्हाला घडवू शकतात किंवा बिघडवू शकतात, त्यामुळे तुमचा सल्लागार काळजीपूर्वक निवडा,' अशी एक म्हण आहे.

एकदा का आपल्याकडे योग्य सल्लागार असला की, मग त्याच्या कल्पना आपण अमलात आणतो आहोत ना, याची खात्री करून घेण्याची आवश्यकता असते.

आता चाणक्याने वर्णन केलेले युद्धांचे तीन प्रकार आपण पाहू या.

१. खुले युद्ध

साधारणतः हा सर्वाधिक ज्ञात असणारा युद्धप्रकार आहे. 'दोन प्रांतांमध्ये लढले गेलेले युद्ध' असे खुल्या युद्धाचे वर्णन करता येईल. दोन राज्ये एकमेकांच्या सीमारेषा ओलांडून थेटपणे युद्धाला सुरुवात करतात, तेव्हा त्याला खुले युद्ध असे म्हटले जाते. सैनिक युद्धभूमीवर एकमेकांवर हल्ले करतात. शत्रू अगदी आपल्यासमोर असतो आणि ही एक खुली झुंज असते.

खुल्या युद्धामध्ये सर्व काही आपल्या डोळ्यांसमोर घडते. कधी कधी काही नेते किंवा राजे मानसशास्त्रावर आधारित रणनीती वापरतात. यामध्ये आपल्या सैन्याचे सामर्थ्य दाखवून समोरच्या शत्रूला शरण येण्याचे आव्हान दिले जाते. सामान्यपणे संपूर्ण सैन्यासह शत्रू सामोरा येतो, तेव्हा ज्याच्यावर हल्ला झाला आहे, असा राजा त्याला तोंड द्यायचं टाळतो, त्यामुळे आक्रमणकर्त्याला धोरणात्मक फायदा मिळतो. तो जाहीर करतो की, 'तू शरण ये. अन्यथा मी तुझा सर्वनाश करेन.' या परिस्थितीत दुर्बल राजा अगदी सहजपणे शरण जातो.

परंतु खुले युद्ध म्हणजे केवळ हल्ला करणे नाही. खुल्या युद्धामध्येसुद्धा रणनीतीची आवश्यकता असते. खुल्या युद्धाच्या वेळीसुद्धा खरंतर प्रथम सर्व बाजूंनी सखोल विचार करणेच योग्य असते. आपण शत्रूपेक्षा दुर्बल असलो तरीसुद्धा प्राप्त परिस्थितीत किमान काहीतरी करता येण्यासारखे आहे का याचा काळजीपूर्वक विचार करणे गरजेचे असते.

म्हणूनच चाणक्य म्हणतो की, सर्वाधिक कठीण परिस्थितीत किंवा आणीबाणीमध्ये राजाने आपले मंत्री तसेच सल्लागार यांच्याबरोबर योग्य तो विचारविमर्श करावा. अत्यंत निराशाजनक परिस्थितीतसुद्धा एखादा मार्ग नक्कीच सापडतो. पूर्वीच्या काळी, राजा बैठक बोलावून सर्वांना त्यांची मते विचारत असे. त्यातून समोर येणारे उपलब्ध पर्याय तपासून पाहत असे. ज्या मार्गावरून जाण्यास बहुतांश लोकांचा पाठिंबा असेल असा किंवा प्राप्त परिस्थिती हाताळण्यासाठी अत्यंत प्रभावी ठरेल असा मार्ग स्वीकारणे राजाला बंधनकारक असे.

लक्षात ठेवा, युद्धामध्ये अनेक गोष्टी बरोबर ठरतात तसेच अनेक गोष्टी चुकीच्याही ठरतात. तज्ज्ञ मंडळींबरोबर विचारविमर्श केल्यामुळे आपल्याला यशस्वी ठरणाऱ्या कल्पना मिळतात. युद्ध हा कधीही भावनेच्या

भरात घेतलेला अविचारी निर्णय नसावा. तो नेहमीच विचारांती घेतलेला सुजाण निर्णय असावा.

अशाच प्रकारे, ज्या राजाने हल्लाबोल करून युद्ध पुकारले आहे त्यानेदेखील आवेशपूर्ण कृती टाळावी. आपल्या सभोवती असणाऱ्या तज्ज्ञ लोकांना त्यांची मते विचारणे, हा खुल्या युद्धाला सामोरे जाण्याचा सर्वोत्तम मार्ग आहे.

रामायणामध्ये, रामपत्नी सीता हिचे रावणाने अपहरण केले होते. राम वानरसेनेसह म्हणजेच माकडांच्या सैन्यासह रावणावर हल्ला करणार होता. सर्व जण खुल्या युद्धासाठी तयार होते; परंतु हल्ला करण्यापूर्वी पूर्ण विचार करण्याचा सुज्ञपणा रामाकडे होता.

त्याने आपल्या गटातील तज्ज्ञ लोकांची बैठक बोलावली. रावणाविरुद्धच्या युद्धात वानरांचा राजा सुग्रीव हा रामाच्या मित्रपक्षात होता. सुग्रीवाच्या सल्लागार मंडळात जांबुवंत नावाचा एक जाणकार होता. जांबुवंताने सुचवले की, थेट हल्ला करण्यापेक्षा शत्रूच्या गोटातील खरी परिस्थिती जाणून घेण्यासाठी एक हेर पाठवावा. सीता लंकेत नसण्याची शक्यता होती. कदाचित, तिला दुसऱ्या जागी हलवले गेले असण्याची किंवा लंकेतून तिची यापूर्वीच सुटका झाली असण्याचीदेखील शक्यता होती. खुले युद्ध पुकारण्यापूर्वी वस्तुस्थिती पडताळणे कधीही अधिक चांगले ठरणार होते.

यानंतर लंकेतील सत्य परिस्थिती तपासण्यासाठी हनुमानाला तिथे पाठवण्याचा निर्णय जांबुवंताने घेतला. यामुळे त्यांना सीतेच्या लंकेतील अस्तित्वाची खात्री पटणार होती. एवढेच नाही तर पुढे जाऊन लंकेत होणाऱ्या युद्धामध्ये निर्माण होऊ शकणारी परिस्थिती समजून घेण्यास आणि तिचा अभ्यास करण्यास मदतही होणार होती.

हनुमानाकडे लंकेस उडत जाऊन परत येण्याइतके शारीरिक बळ तर होतेच शिवाय त्याला शास्त्रवचनातदेखील चांगली गती होती. तो बुद्धिमान होता आणि त्याच्याजवळ त्याचा स्वतःचा असा विचार होता. त्याची निर्णय क्षमता उत्तम होती. शत्रूच्या गोटात असताना परिस्थितीनुसार आपल्या सर्व हालचालींमध्ये विवेक बुद्धीचा वापर करावा लागतो. शत्रूकडून कैद केले जाण्याचा खूप मोठा धोका असतो आणि हेराचा छळही होऊ शकतो तसेच त्याला मृत्यूच्या तोंडीही दिले जाण्याची शक्यता असते. या साऱ्या संभाव्य घटनांसाठी हनुमान सर्वांत तंदुरुस्त असल्याचे दिसत होते म्हणून तो लंकेला

गेला तेव्हा त्याने युद्धासाठी आवश्यक असणारी सर्व माहिती प्रत्यक्ष स्वतः गोळा केली. सीता लंकेतच असल्याचं त्याने शोधून काढलं, त्याने तिची भेट घेतली आणि श्रीराम तिच्या सुटकेसाठी येणार असल्याची माहिती तिला दिली. हनुमान रावणाला भेटला आणि त्याने आगामी हल्ल्याचा इशारा त्याला दिला. रावणाने सीतेला सोडून द्यावे आणि आणि हे युद्ध टाळावे, असा सल्लादेखील त्याने दिला.

रामाचा दूत हनुमान लंका नष्ट करण्याइतका बलवान आहे हे पाहून रावणाच्या दरबारवासीयांना आश्चर्य वाटले. हनुमानच जर इतका शक्तिशाली असेल तर प्रत्यक्ष रामाच्या शक्तीविषयी कल्पनाच केलेली बरी असेदेखील त्यांना वाटले. दूताकरवी पाठवण्यात आलेल्या संदेशाचे हे एक उत्तम उदाहरण आहे किंवा आधुनिक संकल्पनांप्रमाणे, खुले युद्ध प्रत्यक्षात होण्यापूर्वीच शांततेच्या वाटाघाटी करण्यासाठी केलेला हा एक प्रकारचा संवाद आहे.

हनुमानाने शत्रूला युद्ध सुरू होण्यापूर्वी चेतावणी तर दिलीच शिवाय शत्रूच्या राज्यात रामाला त्याच्या योग्य बाजूसाठी पाठिंबा देणारे कोण कोण आहेत, हेसुद्धा त्याने समजून घेतले. बिभीषण हा रावणाचा भाऊ असला तरी प्रभू रामचंद्रांचा भक्त होता. बिभीषण आणि हनुमान यांची भेट झाली तेव्हा त्यांनी रामाविषयी चर्चा केली. बिभीषणानेसुद्धा युद्धविरोधी भूमिका मांडून रावणाला सावध केले; परंतु रावणाने आपल्या सुज्ञ भावाचा सल्ला ऐकला नाही.

याउलट दुसऱ्या बाजूला रामाने जांबुवंतासारख्या ज्येष्ठांचा आणि तज्ज्ञांचा सल्ला लक्षपूर्वक ऐकला व युद्ध जिंकले.

चर्चेचे दुसरे महत्त्वाचे अंग म्हणजे स्त्री वर्गाशी केलेली सल्लामसलत. चाणक्याच्या मतानुसार त्यांची ताकद, त्यांनी दिलेल्या सूचना आणि त्यांची अंतर्दृष्टी अत्यंत महत्त्वाची असते.

युद्ध हा पुरुषांचा खेळ आहे असे साधारणतः मानले जाते. काही अंशी हे खरे असले तरी युद्धाचा आघात ज्यांना सोसावा लागतो ते फक्त पुरुषच नसतात. समाजात समान भागीदार असणाऱ्या स्त्रियांवरदेखील त्याचा समप्रमाणात परिणाम होतो, त्यामुळेच चाणक्याने युद्ध सुरू होण्यापूर्वी राज्यातील स्त्रियांशीदेखील चर्चा करावी असे सुचवले.

सामान्यपणे एखाद्या महत्त्वाच्या गोष्टीविषयी राजा आपल्या पत्नीशी (राज पत्नी) आणि आपल्या आईशी (राजमाता) चर्चा करायचा.

राज्यातील या दोन स्त्रियांना सर्वाधिक अधिकार होता. शिवाय त्या दोघी दोन वेगवेगळ्या पिढ्यांचे प्रतिनिधित्व करत. राजघराण्यातील या स्त्रियांना त्यांच्या संपर्कातील इतर स्त्रियांकडून माहिती मिळत असे. राज्याला युद्धजन्य परिस्थितीतून जावे लागणार असेल, तर या स्त्रियांना त्याची कल्पना देण्यात यायची. यामुळे युद्धाच्या कठीण दिवसांना तोंड देण्यासाठी त्यांची अधिक चांगली तयारी होत असे.

अंतिम हल्ल्यासाठी प्रत्येक योद्ध्याला पाठवण्यापूर्वी खुल्या युद्धाची व्यवस्थित तयारी करावी लागते. अशी तयारी निरनिराळ्या पद्धतीने करता येते. त्यातील एक प्रमुख पद्धत म्हणजे : 'तुमचा सर्वोत्तम योद्धा विरुद्ध आमचा सर्वोत्तम योद्धा.'

या पद्धतीमध्ये दोन्ही बाजूंचे सैन्य समोरा-समोर येते. दोन्ही राजांमध्ये द्वंद्व युद्ध होते. कधी कधी राजे आपल्याकडील सर्वोत्तम योद्ध्यांना बोलावतात आणि फक्त हे सर्वोत्तम योद्धेच एकमेकांशी लढतात. ते आपल्या संपूर्ण सैन्याचे प्रतिनिधित्व करतात, त्यामुळे जिंकणारा योद्धा ज्या सैन्याचे प्रतिनिधित्व करतो, ते जिंकते. पराभूत सैन्याला विजेत्याला शरण जावे लागते आणि विजेता सर्वकाही हस्तगत करतो. सामान्यपणे बहुतांश युद्धांमध्ये त्या त्या राज्याचे राजेच आपापल्या बाजूचे सर्वोत्तम योद्धे असतात.

या पद्धतीचे अनेक फायदे आहेत. जसे; यामुळे अनेक प्राण वाचतात. युद्ध फार लांबत नाही. जय किंवा पराजय हा फक्त थोड्याच काळाचा प्रश्न ठरतो. सर्वोत्तम योद्धा लढतो, तेव्हा आपल्या राज्यासाठी आपले सर्वस्व पणाला लावायचे आहे हे त्याला किंवा तिला ठाऊक असते. त्यानंतर दोघांमधील सरस योद्ध्याचा विजय होतो.

परंतु हे सर्व करूनही काहीच साध्य झाले नाही तर मात्र खुले युद्ध जाहीर होते. सर्व सैनिक पुढे कूच करतात. सर्व संभाव्य हालचालींपासून शत्रू स्वतःचा बचाव करण्याचा प्रयत्न करतो. दारू, घोडे आणि शस्त्रास्त्रांचा वापर केला जातो. सर्व योद्धे आपापल्या परीने सर्वोत्तम कामगिरी करतात.

२. गुप्त युद्ध (गनिमी कावा)

युद्धाचा दुसरा प्रकार म्हणजे गुप्त युद्ध. हे युद्ध गनिमी काव्यासारखे असते. काही लोकांचा अगदी लहानसा गट किंवा कधी कधी तर केवळ एकच

माणूस एखाद्या मोठ्या सैन्यदलाशी लढतो. इथे सैन्याच्या आकारावर गोष्टी अवलंबून नसतात. युद्धासाठी आखलेली रणनीतीच या प्रकारात सर्वांत मोठी भूमिका बजावते.

गनिमी काव्यामध्ये एखादा छोटा गट पणास लावणेच उत्तम ठरते. छोट्या गटाकडे चपळ आणि जलद हालचाल करण्याची क्षमता असते, त्यामुळे खूप मोठा फरक पडतो. या गटाच्या हालचाली डावपेचांवर आधारित असतात. त्या इतक्या आकस्मिक असतात की, शत्रू नेहमीच अचंबित होतो. या युद्धातील सर्व कारवाया आणि त्यांची अंमलबजावणी गुप्तपणे केली जाते. शस्त्रास्त्रांच्या ताकदीवर नव्हे तर बुद्धी सामर्थ्यावर सगळे हिशोब मांडले जातात.

शिवाजी महाराज हे मराठ्यांचे महान राजे आणि मराठा साम्राज्याचे संस्थापक होते. 'गनिमी कावा' या युद्धनीतीत अत्यंत तरबेज अशी त्यांची ओळख होती. शत्रू बेसावध असताना अगदी अनपेक्षिपणे ते शत्रूच्या गोटात जाऊन धडकत. त्यांच्या या पद्धतीची तुलना अचानक होणाऱ्या मेघगर्जनेशी आणि अचानक कोसळणाऱ्या विजांशी करण्यात येते. त्यांच्याकडे सर्वोत्तम सैन्य नव्हते किंवा सर्वोत्तम शस्त्रास्त्रेही नव्हती. त्यांच्या सैन्यात खेडोपाडीची तरुण मुले आणि माणसे होती. तरीदेखील विविध डावपेचांनी युक्त असा हल्ला करण्याच्या महाराजांच्या पद्धतीमुळे त्यांच्या सैन्याचे वेगळेपण उठून दिसले.

अफजलखानाचा वध हा शिवाजी महाराजांच्या अत्यंत धोरणी दृष्टिकोनाचा नमुनाच होता. अफझलखानाची समोरासमोर भेट घेण्याची संधी महाराजांना मिळाली होती. अफजलखान उंच व धिप्पाड होता आणि त्यामुळेच शिवाजी महाराजांपेक्षा उजवा होता; परंतु महाराजांनी वाघनखांनी त्याचे पोट फाडले आणि शत्रूला ठार केले. गुप्त युद्धाचा सर्वांत महत्त्वाचा भाग म्हणजे कोणती चाल खेळायची आणि ती कधी खेळायची हे ठाऊक असणे.

शिवाजी महाराजांनी आपल्या प्रांतातील अनेक किल्ले सर करण्यासाठी गुप्त युद्धाची रणनीती अवलंबलेली दिसते. शिवाजी महाराज केवळ पन्नास वर्षं जगले; परंतु तेवढ्याच कालावधीत त्यांनी जे साध्य केले ते अनेक योद्ध्यांना एकत्रितपणे काम करूनदेखील साधता आले नसते. भारतभर पसरलेल्या अत्यंत प्रभावी अशा साम्राज्याचे ते संस्थापक होते. मराठ्यांकडे साधारण चारशे किल्ले होते. त्यातील काही शिवाजी महाराजांनी बांधले होते; परंतु इतर किल्ले मात्र व्यूहरचना आखून सर करण्यात आले होते.

अर्थशास्त्र या ग्रंथातील युद्धविषयक रणनीतीचा शिवाजी महाराजांनी आपल्या आयुष्यात उपयोग केला. लष्करातील तज्ज्ञांनी *अर्थशास्त्रातील* उपदेश आणि शिवाजी महाराजांचे कार्य यांतील साधर्म्ये शोधून काढली आहेत. राजांनी *अर्थशास्त्राचा* अभ्यास केला होता आणि त्यांचे गुरू 'रामदास स्वामी' यांनी त्यांना विविध लष्करी रणनीतींविषयी मार्गदर्शनसुद्धा केले होते.

अर्थशास्त्रातील माहितीच्या आधारे, शिवाजी महाराजांच्या अगोदरही या प्रांतात अनेक किल्ले जिंकण्यात आल्याचे आपणास आढळते. त्यापैकीच एक म्हणजे औरंगाबाद जवळील दौलताबाद किल्ला. 'भारतातील सर्वोत्तम किल्ल्यांपैकी एक' अशी त्याची ख्याती आहे शिवाय हा गड गनिमी काव्याने युद्ध करण्यास अत्यंत फायदेशीर आणि मोक्याचा म्हणून ओळखला जातो. त्याला सात प्रवेशद्वारे आहेत. प्रत्येक द्वार अगदी मोक्याच्या ठिकाणी आहे. गडावरील सैनिकांच्या नजरेत आल्याशिवाय कोणत्याही शत्रूला इथे प्रवेश करणे व्यावहारिकदृष्ट्या अशक्य होते. शत्रूच्या सैनिकांनी तसा प्रयत्न केला तर ते भुलभुलैयात हरवून जात आणि गडावरील सैनिकांच्या सहज हाती लागत.

अशा प्रकारच्या रणनीती चाणक्याने वापरल्या; परंतु चाणक्याच्या सर्व गुपितांचे अर्थ लावण्यासाठी लष्करी शास्त्राचा सखोल अभ्यास करणे आणि त्यातील समज विकसित करणे आवश्यक आहे.

माझ्या पुस्तकांचे तुम्ही वाचक आहात, त्यामुळे त्या नात्याने, लष्करी शास्त्रात आणि त्यासंबंधीच्या अभ्यासात तुम्ही रस घ्याल अशी मी आशा करतो. महान राजांनी या रणनीती वापरल्या आणि हजारो वर्षं त्यांच्या शत्रूंवर विजय मिळवला.

३. शीतयुद्ध

शीतयुद्ध रणांगणावर खेळले जात नाही. सहसा यामध्ये कोणी बाहेरचा शत्रू नसतो. हे युद्ध सातत्याने लढले जाते. स्वतःच्याच राज्याचा शत्रू बनलेल्या राजाची शक्ती धीम्या आणि स्थिर गतीने कमी करण्यासाठी हे युद्ध एखाद्या राज्याच्या परिघाच्या आतच सातत्याने लढले जाते.

अर्थशास्त्रामध्ये, आपल्या आयुष्यात येणाऱ्या आंतरिक युद्धांच्या तसेच शीतयुद्धांच्या विविध प्रकारांचा उल्लेख चाणक्य करतो. सहसा प्रजेच्या

मनात असमाधानाची बीजे पेरून याची सुरुवात करण्यात येते. यातील सर्व कारवाया आणि त्यांची संपूर्ण अंमलबजावणी गुप्त स्वरूपाची असते. शीतयुद्ध आणि गुप्तयुद्ध यांमध्ये फक्त एकच फरक असतो; तो म्हणजे शीतयुद्धात लष्करी कारवाईचे प्रमाण अगदी कमी असते. शीतयुद्धात लष्करी हस्तक्षेप असला तरी वरवर पाहता तो दिसून येत नाही. गुप्तचर यंत्रणांचा आणि हेरगिरी करणाऱ्या संस्थांचा वापर हा शीतयुद्ध लढण्याच्या सर्वोत्तम मार्गांपैकी एक आहे. गुप्तहेर सातत्याने माहिती गोळा करतात. ही माहिती एकत्रित करून राजा आपल्या मंत्र्यांबरोबर एक योजना आखतो. शत्रूच्या मार्गात अडथळा कसा आणता येईल, याची रणनीती ते आखतात.

या प्रक्रियेसाठी वैयक्तिक आणि सामाजिक पातळीवरील मानसशास्त्राच्या सखोल ज्ञानाची आवश्यकता असते. उदाहरणार्थ, सत्तास्थानी असलेल्या लोकांना सत्ता गमावण्याची नेहमी भीती असते, असा एक सामान्य समज आहे. तसेच सामर्थ्यवान लोकांच्या आजूबाजूच्या लोकांना अधिक सामर्थ्यवान बनण्याची इच्छा असते.

हाच मानसशास्त्रीय घटक लक्षात घेऊन चाणक्याने राजामध्ये आणि त्याच्या मंत्र्यांमध्ये सत्तेच्या खेळाची रणनीती आखण्याचे ठरवले होते. राजपरिवारसुद्धा या सत्तासंघर्षाचा एक भाग असणार होता.

राज्याचे अधिकार हे राजाच्या हातात एकवटलेले असतात. अशा परिस्थितीत राजाची सख्खी तसेच इतर भावंडेही त्याच्यावर नाखूश असण्याची शक्यता अधिक असते. कालांतराने राजाच्या मुलांची आणि त्यांच्या भावंडांची पिढी तयार होते. हे सगळे त्यांच्यातील अंतर्गत सत्ता संघर्षात गुंतत जातात. सिंहासनाचा उत्तराधिकारी लवकरात लवकर सत्तेवर येण्यास उत्सुक असतो.

सत्तेच्या खेळातील हे मानसशास्त्र समजून घेतले तर शत्रूविरुद्ध रणनीती आखताना त्याचा वापर करता येतो. अशा परिस्थितीत सत्ताबदलाची वेळ येण्यापूर्वीच संभाव्य उत्तराधिकारी तयार करणे, हा उपाय योजता येतो. दरबारातील काही मंत्रीदेखील राजपरिवाराच्या सदस्यांमध्ये सिंहासनासाठी स्पर्धा निर्माण करून अंतर्गत युद्ध भडकवण्याचा प्रयत्न करतात. यामुळे आपसूकच दुही निर्माण होते आणि हीच शीतयुद्धाची नांदी असते.

ही रणनीती चाणक्याच्या चतुःसूत्रीमधील *भेद* या सूत्राच्या जवळ जाते. अशा परिस्थितीकडे राजाला एका दीर्घकालीन दृष्टिकोनातून पाहावे

लागते. शिवाय ही परिस्थिती हाताळण्यासाठी आवश्यक त्या कारवायांना मोठ्या कालावधीकरता निधी पुरवण्याचीसुद्धा गरज पडू शकते.

दोन जागतिक महायुद्धांचा अभ्यास केला तर आपल्याला असाच दृष्टिकोन दिसून येतो. या युद्धांमध्ये गुप्तहेर शत्रूराज्यांमध्ये गेले आणि तिथं शीतयुद्ध छेडण्याचे कार्य त्यांनी गुपचूपपणे केले. अशीच परिस्थिती शीतयुद्धातदेखील होती. तिथे थेट हल्ला नव्हता; पण तरीदेखील युद्ध सुरू होते आणि काही वेळा या युद्धाने काही बळीदेखील घेतले. शीतयुद्ध काहीसे आगळेवेगळे असते. ते आपल्या आवतीभोवतीच घडत असते; परंतु आपण मात्र त्यापासून अनभिज्ञ असतो.

...आणि जरी आपल्याला त्याचा सुगावा लागला तरी त्याबाबतीत आपल्याला फारसे काहीच करता येत नाही. परिस्थिती आपल्या लक्षात येईपर्यंत आणि समस्या सोडवण्याचा प्रयत्न करेपर्यंत खूपच उशीर झालेला असतो. या युद्धाचा परिणाम वाळवी लागल्यासारखा असतो. लाकूड बाहेरून दणकट वाटले तरी *आतून* ते भुसभुशीत व्हायला सुरुवात झालेली असते. वाळवी लाकडाला पोखरून पोखरून पोकळ करते.

हीच शीतयुद्धाची गुरूकिल्ली आहे. सर्वकाही एखाद्या राज्याच्या आत, एखाद्या संस्थानाच्या आत चालू असते; परंतु आपल्याला त्याचा थांगपत्ता लागेपर्यंत नुकसान झालेले असते. लाकडाचा वाळवी लागलेला भाग काढून त्या जागी नवीन तुकडा बसवता येतो; परंतु तोपर्यंत उरलेल्या सगळ्या लाकडाला वाळवी लागलेली असते. संपूर्ण घरावर संकट आलेले असते. उपाययोजनांचा विचार करण्यापूर्वीच घराचे छप्पर पोखरले गेले असण्याची शक्यता असते. मग थोडा शोध घेतल्यानंतर असा प्रश्न पडतो की, वाळवी लाकडात कशी घुसली? की ती तिथे सुप्तावस्थेत होतीच? तिला लाकडात कोणी सोडलं असेल का? घर बांधताना दुर्लक्ष झाले असेल का? कदाचित ती इथे दीर्घकाळ वास्तव्यास असेल आणि स्थिरपणाने, धीम्या गतीने व शांतपणे आपले काम करत असेल. हा काही थेट आणि अचानक झालेला हल्ला नाही.

आजदेखील जगाच्या पाठीवर आजूबाजूला अशी शीतयुद्धं चालू असल्याचे आढळून येते. कोणत्याही सरकारी अधिकाऱ्याला याविषयी फारसे काही करता येत नाही. ड्रग माफियांचेच पाहा. ते जगातल्या सर्व प्रमुख शहरांमध्ये सक्रिय असतात. याविषयी सर्वांना माहिती असले तरीही ही समस्या सोडवण्यासाठी कोणालाच फारसे काही करता येत नाही. समाज

माध्यमांनादेखील त्यांच्या यंत्रणेतील रहस्ये उलगडून सांगता येत नाहीत आणि एक दिवस अचानक ही समस्या डोके वर काढते. मुलांची एक अख्खी पिढी ड्रग्जच्या आहारी गेलेली असते. या गोंधळातून सावरण्यासाठी प्रदीर्घ प्रयास करावे लागतात. या प्रकारचे युद्ध लढण्यासाठी काही पिढ्यासुद्धा खर्ची पडतात.

अशा स्वरूपाच्या सामाजिक परिस्थितींची चाणक्याला सखोल जाण होती, त्यामुळे अर्थशास्त्र लिहिताना त्याने समाजशास्त्राच्या अभ्यासाचा प्रस्ताव मांडला. युद्धनीती आखताना, समाज कसा चालतो याची समज असणे महत्त्वाचे ठरते. इथे समाजाची मानसिकता कामास येते. शत्रूवर विजय मिळवण्यासाठी चाणक्याने शीतयुद्धाचा सल्ला दिला आहे. शीतयुद्धामध्ये आपला बळी जाऊ नये, यासाठी त्याने निरनिराळ्या पद्धती मांडल्या आहेत.

अनेक आर्थिक, धार्मिक, पारंपरिक आणि सांस्कृतिक धोरणांचा वापर केला आहे. भावनिक मुद्दे रिंगणात आले की, जनमत हळूहळू सरकार विरुद्ध किंवा प्रस्थापित राज्यकर्त्यांविरुद्ध वळण्याची शक्यता असते. प्रस्थापितांच्या विरोधातील या चळवळी अनेकदा तिथल्या राज्यकर्त्याविरुद्ध बंड पुकारण्यात यावे, यासाठी शत्रू राजानेच योजलेल्या असतात. युद्धाच्या या विविध प्रकारांतून, शत्रूशी लढताना मनात निरनिराळे हिशेब बांधावे लागतात, हे दिसून येते.

आत्ता आपण युद्धाचे विविध प्रकार पाहिले आणि त्यांच्याबाबत चर्चा केली; परंतु यानंतरही एक लाख मोलाचा प्रश्न उरतोच, तो म्हणजे : *आपल्या शत्रूविरुद्ध लढताना युद्धाचा कोणता प्रकार वापरावा?*

याचे उत्तर असे : युद्धप्रकाराची निवड ही आपला शत्रू कोणत्या प्रकारचा आहे आणि कशा परिस्थितीत आपणास त्याला तोंड द्यायचे आहे, यावर अवलंबून असते. सर्व प्रश्नांसाठी एकच उत्तर लागू पडत नाही हे आपल्याला ठाऊक आहेच. शिंप्याला हे माहिती असते की, प्रत्येक व्यक्ती आणि तिची शारीरिक ठेवणही वेगळी आहे, तसेच एखाद्या विशिष्ट व्यक्तीच्या वजनात वारंवार वाढ होते किंवा ते घटू शकते, त्यामुळे एखादा परिपूर्ण पोशाख शिवताना प्रामुख्याने त्या-त्या ग्राहकासंबंधीच विचार करावा लागतो, याची एका चांगल्या शिंप्याला निश्चितच जाणीव असते.

याचप्रमाणे युद्धामध्ये आपल्याला परिस्थितीचे मूल्यमापन करावे लागते आणि त्यानुसार रणनीती आखावी लागते. भूतकाळात ज्या गोष्टींमुळे

यश मिळते, त्याच वर्तमानात उपयोगी पडतील असे नाही हे लष्करातील तज्ज्ञांना ठाऊक असते. हीच समज चाणक्यालाही होती. भूतकाळात एखादी विशिष्ट रणनीती वापरून युद्ध जिंकले असले, तरी सद्यःस्थितीत ती रणनीती काम करेलच याची खात्री देता येत नाही.

शत्रूची रणनीती सरस असण्याची किंवा शत्रूने त्याच्या अपयशामधून धडे घेतले असण्याची शक्यता असते. कदाचित, त्यांच्याकडे आधुनिक शस्त्रास्त्रे असतील. त्यांच्या गोटातील सैनिकांची संख्या वाढलेली असेल. लष्कर प्रमुखदेखील बदललेला असेल. युद्धभूमीचे स्थानही बदललेले असेल. तेव्हा, कोणत्या प्रकारचे युद्ध लढायचे हे ठरवण्यापूर्वी हे सर्व पैलू लक्षात घेणे गरजेचे आहे.

शत्रूवर हल्ला करण्यासाठी युद्धाच्या एकाच प्रकाराची निवड न करता विविध प्रकारांचा एकत्रितपणे उपयोग करता येतो.

इथे जाणते ज्ञान खऱ्या अर्थाने कामी येते. जाणत्या माणसास कशाची निवड करावी आणि ती कधी करावी हे समजते व त्यानुसार तो आवश्यक ती कृती करतो. सरतेशेवटी लागणारा निकाल महत्त्वाचा असतो आणि निकाल आपल्या बाजूने वळवण्यात ज्याला यश येते, तो मनुष्य खरा रणनीतीकार असतो. चाणक्याच्या म्हणण्यानुसार, आन्वीक्षिकीचा वापर करणारा कोणताही माणूस कोणत्याही परिस्थितीत जिंकतोच. युद्ध प्रारंभापूर्वी आपण युद्धाच्या प्रत्येक पैलूचा विचार करणे अत्यावश्यक ठरते. विचारपूर्वक केलेली एकच चाल घाईघाईने केलेल्या शंभर चालींपेक्षा खूपच सरस आणि अधिक परिणामकारक असते. आपली चाल परिपूर्ण बनवणे हेच आपले ध्येय असले पाहिजे.

हे सर्व काही आपल्या मनावर असते. आधी मनाची तयारी करणे आणि मग आपल्या हल्ल्याची योजना आखणे आवश्यक आहे. शांत आणि स्थिर चित्त हे कोणत्याही युद्धातील सर्वोत्तम शस्त्र असते.

शेवटचा आणि सर्वांत महत्त्वाचा मुद्दा म्हणजे शत्रूंचे तसेच राजांचेदेखील निरनिराळे प्रकार असतात. हे प्रकार समजून घ्यायला पाहिजेत व लक्षातही ठेवायला पाहिजेत. युद्धप्रकाराची निवड ही राजावर किंवा शत्रूवर आधारित असावी.

चला, चाणक्याने मगधमध्ये अशाच एका परिस्थितीचा सामना कसा केला ते वाचू या.

* * *

एके दिवशी शेजारील राज्यातील राजा मगधवर हल्ला करण्याची योजना आखत असल्याचं चाणक्याला समजले.

मगध हे संपूर्ण देशामध्ये सर्वांत सामर्थ्यवान राज्य होते आणि त्याचा पराभव करणे अशक्य होते. मगधकडे सर्वांत मोठे सैन्यबळ होते. तिथे चंद्रगुप्तासारख्या राजाचे राज्य होते शिवाय चाणक्यासारखा सल्लागार त्यांच्या पदरी होता. अशा परिस्थितीत मगधवर हल्ला करण्याचे धाडस कोणी केले असते?

पूर्वी एकदा शेजारील राजांनी असा प्रयत्न केला होता आणि त्यांचा दारुण पराभव झाला होता. ती लढाई हत्ती आणि मुंगीच्या लढाई सारखीच होती. परत एकदा शेजारील राजा शक्तिशाली मगधवर हल्ला करण्याची योजना आखत असल्याचं चाणक्याच्या कानावर आले, तेव्हा याविषयी अधिक माहिती गोळा करण्यासाठी त्याने आपले गुप्तहेर पाठवले. गुप्तहेर हसत हसत परत आले.

त्यांनी सांगितले की, नेहमीप्रमाणे शत्रू आधीचाच मूर्खपणा करत आहे. पूर्वीदेखील त्यांनी आपल्यावर हल्ला करण्याचा प्रयत्न केला आणि ते हारले. आम्ही त्यांचा पुन्हा अभ्यास केला आणि आम्हाला असे आढळून आले की, त्यांच्या शक्तीमध्ये व्यावहारिकदृष्ट्या फारसा फरकच पडलेला नाही. सैन्याचा आकार आणि सैनिकांची संख्या अजूनही तीच आहे. राजासुद्धा तोच आहे. शस्त्रास्त्रे आणि दारुगोळा यांचे प्रमाणही पूर्वीइतकेच आहेत, त्यामुळे मागच्या वेळी लागू पडलेल्या रणनीतीचा या वेळीदेखील नक्कीच उपयोग होईल.

चाणक्य हसला आणि म्हणाला, 'पुन्हा विचार करा. एखादी गोष्ट तुमच्याकडून निसटत तर नाही ना हे बघण्याचा प्रयत्न करा. त्यानंतरच या लहान शत्रूविरुद्ध कोणती रणनीती निवडायची ते आपण ठरवू.'

गुप्तहेर परत गेले आणि त्यांनी शत्रूविषयी अधिक माहिती गोळा करण्याचा प्रयत्न केला; परंतु आधी पाहिले होते, त्यापेक्षा वेगळे काहीही

त्यांना आढळले नाही. चाणक्याला त्यांनी परत सगळा वृत्तांत सांगितला तेव्हा त्यातून कोणतीच नवी माहिती समोर आली नाही. यापूर्वी त्यांनी खुल्या युद्धाची रणनीती वापरली होती आणि या वेळीदेखील तीच कामी येईल असे त्यांना वाटत होते.

'या वेळी आपण शीतयुद्ध पद्धती वापरू,' चाणक्य म्हणाला.

सर्वांना आश्चर्य वाटले. शत्रू दुर्बल आहे आणि लगेचच त्याचा खातमा करणे शक्य आहे, तरीदेखील शीतयुद्धाची दीर्घकालीन रणनीती का वापरायची?

'का आचार्य? शेजारील राजाचे सामर्थ्य पूर्वी एवढेच आहे. खुल्या युद्धाची रणनीती वापरून आपण मागच्या वेळी यश मिळवलेले आहे. आता बदल का?' सर्व गोष्टींची नीट माहिती मिळवल्यामुळे आणि मुळातच अत्यंत चाणाक्ष रणनीतीकार असल्यामुळे चाणक्य म्हणाला, 'नुकताच राजाने एका राजकन्येशी विवाह केला आहे आणि तिला आपली नवीन राणी बनवले आहे. ती अत्यंत शक्तिशाली राजाची कन्या आहे. यामुळे त्याचे सामर्थ्य अनेकपटींनी वाढले आहे.'

चाणक्याच्या या बोलण्याने उपस्थित लोक आश्चर्यचकित झाले.

'एखादा राजा विवाह करतो आणि नवी राणी आणतो, तेव्हा त्याच्या राज्याला नवीन ताकद मिळते. अशा वेळी, स्वतःचे सैन्य न वाढवतादेखील त्याच्याकडे त्याच्या बाजूने लढणारे अधिक मोठे सैन्य असते. त्या राजाच्या सासऱ्यांचे राज्य आपसूकच त्याचे सहयोगी राज्य बनते. यामुळे त्याची ताकद दुप्पट होते.'

चाणक्याने निष्कर्ष काढला की, 'त्वरित खुले युद्ध लढण्यापेक्षा या वेळी शत्रूवर शांततेने हल्ला करण्याची आवश्यकता आहे. वाळवी ज्या पद्धतीने काम करते, तीच पद्धत मला वापरावी लागेल. त्यांना पोखरून आतून पोकळ बनवावे लागेल.'

यालाच युद्धातील जाणतेपण म्हणतात.

परिस्थितीनुसार जे आवश्यक असेल ते योग्य रीतीने उपयोगात आणता आले पाहिजे.

५

साम-दाम-दंड-भेद रणनीतीची चतुःसूत्री

> ज्यांना भेटवस्तू देऊन आणि मनधरणी करून आपल्या बाजूने वळवून घेता येते, त्यांना त्या पद्धतीने जिंकून घ्यावे आणि तरीही जे विरोध करतील अशा वैऱ्यांमध्ये फूट पाडून आणि बळाचा वापर करून विजय प्राप्त करावा.
>
> – *अर्थशास्त्र* (११.१.३)

एके दिवशी चाणक्य अगदी शांत बसला होता आणि गाढ विचारात बुडून गेला होता. त्याच वेळी चंद्रगुप्त त्याला भेटण्यासाठी गुरुकुलात आला. चंद्रगुप्ताला राजपदावर बसवण्यात चाणक्याने अत्यंत महत्त्वाची भूमिका बजावली होती. त्याचबरोबर अमात्य राक्षसांनीही आपला कार्यभार तसाच सुरू ठेवला होता, त्यामुळे चाणक्य खूश होता.

राज्य चालवताना येणाऱ्या अडचणींवर चर्चा करण्यासाठी चंद्रगुप्त आपल्या गुरूंना आठवड्यातून एकदा भेटत असे. चाणक्याचा राजावर विश्वास होता. राजाने मांडलेल्या अडचणींतून मार्ग काढण्यासाठी चाणक्य, राजाने केलेल्या अभ्यासातीलच सुसंगत गोष्टींचे स्मरण करून देत असे आणि त्याला योग्य दिशा दाखवत असे. अशा प्रकारे तो, चंद्रगुप्ताला स्वतःची उत्तरे स्वतः शोधण्यात मदत करत असे.

आपल्या गुरूंच्या कुटी बाहेर उभे राहून राजा त्यांची वाट पाहत होता. ही बाब थोड्याच वेळात चाणक्याच्या ध्यानात आली आणि त्याने चंद्रगुप्ताला आत बोलावले.

वाट बघायला लावल्याबद्दल त्याने राजाची माफी मागितली आणि आपण आपल्याच विचारात बुडून गेलो होतो असे सांगितले. चंद्रगुप्त चाणक्याचाच विद्यार्थी होता, त्यामुळे गुरूंचे मन विचलित होण्यास नेमकी कोणती गोष्ट कारणीभूत ठरत होती, याची त्याने चौकशी केली.

चाणक्य थट्टेच्या सुरात म्हणाला, 'राजाने आपल्या मनातील गोष्टींचा अर्थ समजून घेण्यासाठी आपल्या मनाच्या गतीशी स्वतःचा वेग जुळवून घेतला पाहिजे.' चंद्रगुप्ताने नम्रपणे आपल्या गुरूंना ही बाब अधिक स्पष्ट करून सांगण्याची विनंती केली. आजच्या नेत्यांनासुद्धा उपयोगात आणता येतील असे अत्यंत मौल्यवान सल्ले चाणक्याने त्याला दिले.

- *जी केवळ मनातच राहते तीच सर्वांत मोठी रणनीती असते. प्रत्येकाला त्याबद्दल माहिती असेल, तर तिला रणनीती असे मुळीच म्हणता येणार नाही.*
- *गूढता ही श्रेष्ठ रणनीतीकाराची सर्वांत मोठी जमेची बाजू असते. सर्व नेत्यांनी लक्षात घेण्यासारखी गोष्ट म्हणजे त्यांना एकाच वेळी दोन जगात जगायचे असते. एक इतरांना माहिती असणारे, तर दुसरे म्हणजे अनुयायी गटापासून किंवा प्रजेपासून नेहमीच निराळे ठेवण्यात आलेले.*
- *काही गुपिते ही अशी असतात जी केवळ विरोधकांनाच नव्हे, तर आपल्याच गोटातील लोकांनाही किंवा जसे चंद्रगुप्ताच्या बाबतीत त्याच्या प्रजाजनांनाही कधीच कळता कामा नयेत; हे एका चांगल्या नेत्याने लक्षात ठेवणे आवश्यक आहे.*
- *आपल्या प्रजाजनांवर किंवा आपल्या गोटातील लोकांवर कधीच आंधळा विश्वास ठेवू नये. काही महत्त्वाच्या माहितीच्या आधारेच कोणावर विश्वास ठेवता येईल हे ठरवणे आवश्यक असते. आपले स्पर्धक किंवा इथे चंद्रगुप्ताच्या बाबतीत, त्याचे शत्रू हे गुप्तहेरांना पेरू शकतात आणि त्यांच्याकरवी आपल्याबद्दलची माहिती मिळवताना निरागस प्रजाजनांचे बळी घेऊ शकतात.*

चाणक्याने राजाला *विवेकबुद्धी* विकसित करण्यावर म्हणजेच नीरक्षीरभेदाच्या शक्तीवर काम करण्याचा सल्ला दिला. ही शक्ती अनुभवातून येते. शिक्षण ही आयुष्यभर चालणारी प्रक्रिया आहे, तर पुन्हा शिकणे ही परिपूर्णतेकडे जाण्याची पायरी आहे. चाणक्याने राजाला सुचविले की, त्याने थोडा वेळ तिथेच थांबावे आणि युद्धनीती या विषयातील 'साम-दाम-दंड-भेद पद्धत' नावाच्या नवीन पाठावर दुपारी होणारे आपले व्याख्यान ऐकावे. गुरुकुलामध्ये हा विषय शिकण्याचा आनंद चंद्रगुप्ताने पूर्वीही घेतला होता.

साम-दाम-दंड-भेद या चार जादुई शब्दांभोवती सारा खेळ रचता येतो. हे शब्द निरनिराळ्या क्रमाने वापरून किंवा या शब्दांना निरनिराळ्या प्रकारे जोडून अगणित शक्यता निर्माण करता येतात. हे गाण्यातील सुरांसारखेच आहे. एखादा संगीतकार दुसऱ्या संगीतकारासारखेच सूर वापरतो; परंतु त्यातून प्रत्येक वेळी नवीन, मधुर चाल तयार होते.

* * *

अर्थशास्त्रामध्ये शत्रूविरुद्ध वापरल्या जाणाऱ्या या चतुःसूत्री धोरणाविषयी चाणक्याने सविस्तरपणे लिहिले आहे.

साम म्हणजे चर्चा. एखादी समस्या सोडवायची असेल, तेव्हा त्यात समाविष्ट असणाऱ्या गटांशी मोकळेपणाने चर्चा केली जाते.

दाम म्हणजे एखादी समस्या आर्थिकदृष्ट्या सोडवण्यावर भर दिला जातो. प्रत्येक समस्या सोडवताना नेहमीच त्यात एखादा आर्थिक पैलू अंतर्भूत असतो, त्याचा शोध घ्या आणि त्यादृष्टीने प्रयत्न करा.

दंड म्हणजे शिक्षा. गरज पडल्यास आपणास शत्रूवर हल्ला करण्याची, आपला पराक्रम दाखवून देण्याची आवश्यकता असते, त्यामुळे शत्रू आपल्याला गृहीत धरत नाही.

भेद म्हणजे फूट पाडणे. शत्रूच्या गोटात अंतर्गत मतभेद निर्माण करणे हा युद्ध जिंकण्याचा प्रयत्नांती सिद्ध झालेला चोख मार्ग आहे.

या शब्दांची ताकद समजून घेणे ही सोपी गोष्ट नाही. हे शब्द एखादे राज्य घडवू किंवा बिघडवू शकतात, त्यामुळे राजा किंवा तेथील नेत्याने या संकल्पना वापरताना काही वास्तविक घटकांबद्दल अधिक सावध राहिले पाहिजे.

- *शत्रूला (स्पर्धेला असेही वाचू शकतो) कधीही गृहीत धरू नये. ज्या युक्त्या आपण वापरत आहोत, त्याच आपले शत्रूदेखील वापरत असतील. त्यांच्या हेतूंविषयी आणि योजनांविषयी आराखडे बांधण्याचा प्रयत्न आपण केलाच पाहिजे. तसेच आपली रणनीती गुप्त ठेवली पाहिजे.*
- *युद्ध किंवा कोणतेही आव्हान हा अनेकदा मनाचा खेळ असतो. ज्याला शत्रूचे मन कळते तो खेळ जिंकतो. आपणदेखील जागरूक आणि सतर्क राहिले पाहिजे.*
- *जेव्हा लढाईला सुरुवात होते, तेव्हा विचार करायला वेळ नसतो. आपल्या योजना पूर्वनियोजित असतील तर आपल्याला धोरणात्मक लाभ मिळतो.*

चला, आता या चार संकल्पनांचा सविस्तर अभ्यास करू या आणि वास्तव जगातील त्यांचा उपयोग समजून घेऊ या.

साम

चाणक्य आपल्या व्याख्यानामध्ये युद्धाचे नकारात्मक पैलू स्पष्ट करत गेला.

'युद्ध चांगले नसते. त्यामध्ये अनेक गोष्टींचा विनाश होतो. जे निर्माण करायला अनेक पिढ्या लागतात ते एका दिवसात नष्ट होते.'

'नागरी संस्कृतीचे प्रतिनिधित्व करणारी स्मारके उखडली जातात. लोक मरतात, स्त्रियांवर बलात्कार होतात, लहान मुलांची कत्तल होते. घरांतून, मंदिरांतून संपत्तीची लूट होते. याही पुढे जाऊन, जे दृष्टीस पडते आहे त्यापेक्षा कितीतरी मोठ्या प्रमाणात नुकसान होते. या सगळ्याचा मानसिक आघात होतो आणि परिणामी मोठ्या प्रमाणात तणाव निर्माण होतो.'

'युद्धाचा परिणाम येणाऱ्या अनेक पिढ्यांवर होतो. युद्धाने जेरीस आलेल्या देशांमध्ये जन्मलेल्या मुलांना, खूप मोठ्या प्रमाणात मानसिक क्लेशांतून जावे लागते. आवतीभोवती चाललेले मृत्यूचे तांडव आणि रक्ताची थारोळी पाहून बालपणीच त्यांना वेदनेचे दर्शन होते आणि त्यातून ते क्वचितच सावरतात. ही दृश्ये त्यांच्या मनावर कायमची कोरली जातात आणि त्यांच्या जीवनाचा भाग बनतात.'

युद्धामुळे पडणाऱ्या भीषणतेच्या सावटाबद्दल चाणक्याने पुढे सांगितले, 'प्रत्यक्ष युद्धस्थळावर भयंकर चित्र दिसून येते. मृतदेहांवर अंत्यसंस्कार होत नाहीत. ते असे कुजून जातात जणू काही ती माणसे नव्हतीच. यातून शेवटी जरी त्यांच्यावर अंत्यसंस्कार झाले तरी ते सामुदायिक असतात. यामध्ये अनेक मृतदेहांची ओळखसुद्धा पटत नाही. युद्धासाठी आपल्यापासून दूर गेलेल्या आपल्या माणसाचे अंतिम दर्शनदेखील अनेक कुटुंबांना घेता येत नाही.'

'आणि युद्धानंतर आलेला नवीन राज्यकर्ता जर चांगला नसेल तर जाच चालूच राहतो. योद्ध्यांच्या विधवा गुलाम आणि वेश्या बनतात. जे जिवंत राहतात त्यांच्या वाट्याला प्रतिष्ठेचं जीवन येत नाही. ते सुटकेसाठी प्रार्थना करतात. यापेक्षा आपला मृत्यू झाला असता तर बरे असे त्यांना वाटते. कारण, जिवंतपणीच ते मरणप्राय यातना सोसतात.'

'वयोवृद्ध लोकांना काय करावे ते समजत नाही. शारीरिक ताकदीच्या अभावी त्यांना पलटवार करता येत नाही. त्यांनी आपली घरे आणि आयुष्यभर कमावलेली संपत्ती गमावलेली असते. इतरांकडून लुटला गेलेला आणि कंगाल झालेला म्हणून मरण्यापेक्षा एक श्रीमंत माणूस म्हणून मरणे हे नेहमीच चांगले असते.'

'आणि सरतेशेवटी लोक युद्धभूमीपासून दूर पळून जातात किंवा स्थलांतरित होतात. जे युद्धभूमीपासून दूर पळून गेले आहेत आणि जिवंत आहेत अशा लोकांनासुद्धा आशेचा एकही किरण दिसत नाही. त्यांना नवीन मित्र शोधावे लागतात, नवीन जागी नवीन काम शोधावे लागते. त्यांना सहजपणे स्वीकारले जात नाही. जगण्याची भीक मागणारे निर्वासित म्हणून त्यांच्याकडे पाहिले जाते. त्यांना आदराची वागणूक मिळत नाही, तसेच ते आपला सन्मान आणि प्रतिष्ठा गमावतात. नवीन परिसराशी ते एकरूप झालेच तरी त्यासाठी त्यांच्या अनेक पिढ्यांचा कालावधी जावा लागतो. तोपर्यंत असा माणूस दुय्यम नागरिकच समजला जातो.'

चाणक्याने हे सर्व आपल्या विद्यार्थ्यांना समजावून सांगितले. नेता म्हणून काम करताना, एखाद्याशी युद्ध करण्यापूर्वी हजार वेळा विचार केला पाहिजे, याचे ज्ञान विद्यार्थ्यांना झाले. आपण शिकवलेल्या गोष्टींवर विचार करण्यासाठी प्रत्येकाला थोडासा वेळ देत चाणक्याने एक पर्याय सुचवला.

'म्हणूनच युद्धाची पहिली पायरी म्हणजे युद्ध टाळणे. तुमच्या शत्रूला हरवण्याचा हा सर्वांत सोपा मार्ग आहे. आपल्या मागण्या आणि आपल्या

आस्थेचे मुद्दे यांवर चर्चा करून तोडगा निघत असेल तर युद्ध का लढायचे? युद्धामागील कारणांपैकी एक अत्यंत महत्त्वाचे कारण म्हणजे गैरसमज. शांत डोक्याने संबंधित गोष्टींविषयी चर्चा केली असता आपण कोणतेही युद्ध टाळू शकतो.'

संस्कृतमधील 'साम' या संकल्पनेचे अनेक अर्थ आहेत - स्थिर मनाने समतोल विचार करणे, समता आणि आदर, चर्चा आणि समस्या निराकरण या गोष्टीदेखील या संकल्पनेत ध्वनित होतात.

'त्यामुळे जेव्हा समस्या उद्भवते, तेव्हा थेट निष्कर्षावर झेप घेऊ नये. समस्येला स्थिर चित्ताने आणि शांत मनाने सामोरे जाणे अधिक चांगले. शत्रूला कधीही 'प्रतिक्रिया' देऊ नये तर त्याऐवजी 'प्रतिसाद' द्यावा.'

'प्रतिक्रिया ही नेहमीच भावनावेगात दिली जाते; साधकबाधक विचार-विनिमयाचा त्यात अभाव असतो. आपलीच बाजू योग्य आणि दुसऱ्या व्यक्तीची बाजू चुकीची आहे, असे आपल्याला वाटते आणि आपला निर्णय विचारपूर्वक घेतला जात नाही. याउलट जेव्हा आपण प्रतिसाद देतो, तेव्हा त्या गोष्टीसाठी आपण पुरेसा वेळ घेतो. आपण विश्लेषण करतो आणि समस्येचा प्रत्येक पैलू विचारात घेतो. आपल्या विरोधकाची बाजूदेखील योग्य असू शकेल हेदेखील आपण लक्षात घेतो.'

यानंतर युद्धामध्ये साम हे सूत्र कशा प्रकारे वापरण्यात येते, याची माहिती चाणक्याने आपल्या विद्यार्थ्यांना दिली.

'युद्धाचा विचार तुमच्या मनात येईल, तेव्हा प्रथम तुमच्या भावनावेगावर अंकुश ठेवा. कदाचित, एक राजा या नात्याने तुम्हाला तुमच्या शक्तीचे प्रदर्शन करावेसे वाटेल तसेच तुमचा अहंकार जागृत होईल आणि तुम्हास ताबडतोब युद्ध पुकारण्यास प्रवृत्त करेल; परंतु तुमची ही ऊर्मी तुम्ही वेळीच दाबून टाका. तुम्ही तुमच्या मंत्र्यांची परिषद बोलवा आणि हो, 'साम' प्रत्यक्षात आणण्याची पहिली पायरी हीच आहे की, तुमच्या मंत्र्यांना बोलावणे पाठवा आणि त्यांच्याबरोबर बैठक घ्या. हे मंत्री तुमचे सल्लागार असतात. निर्णय घेण्यापूर्वी संबंधित गोष्टींवर त्या-त्या विषयातील तज्ज्ञांशी चर्चा करा. तुमचे मंत्री हा तुमचा आवाज आहे. ते प्रगल्भ आणि अनुभवी असतात व राज्याचे हीत कशात आहे हे त्यांना ठाऊक असते.'

त्यानंतर चाणक्याने चांगल्या मंत्र्याचे गुण सांगितले.

'चांगले मंत्रिमंडळ तुम्हाला केवळ एकच दृष्टिकोन देणार नाही, तर विरुद्ध दृष्टिकोनदेखील स्पष्ट करेल. ते तुम्हाला कठीण प्रश्न विचारतील. नंतर प्राप्त परिस्थितीत आपल्याला काय करता येईल, याबद्दल सांगतील. परिस्थितीकडे वस्तुनिष्ठपणे पाहण्यासाठी ते तुम्हाला मदत करतील. मंत्री जेव्हा तुम्हाला विचार करण्यास मदत करतात, तेव्हा तुम्हीसुद्धा त्यांच्याबरोबर विचार केला पाहिजे.'

चेहऱ्यावर उमटलेल्या स्मितहास्यासह चाणक्य पुढे म्हणाला, 'केवळ एकट्यानेच विचार करणे ही अत्यंत वाईट गोष्ट आहे. दुसऱ्या व्यक्तीच्या विचारशक्तीची मदत का घ्यायची नाही? शेवटी तुमचे मंत्री म्हणजे बुद्धिमान माणसे आहेत. तुम्ही तुमच्या स्वतःच्या बुद्धी बरोबर त्यांची बुद्धीही वापरली पाहिजे. फक्त एकट्याने विचार करून जे चित्र कधीच दिसण्याची शक्यता नसते, ते एकत्रित विचार केल्यामुळे तुम्हास स्पष्टपणे दिसू लागेल म्हणूनच एकत्रित विचार करा आणि वेगळा विचार करा.'

त्यानंतर या शिक्षकाने पुढे कोणती पाऊले उचलायची, याची रूपरेषा स्पष्ट केली. 'शत्रूबरोबर एखादी बैठक बोलवा. होय, शत्रूला कधीही थेट रणांगणावर भेटू नका. प्रथम तुम्ही शत्रूच्या नेत्याबरोबर बैठक आयोजित करण्याचा प्रयत्न करा.'

एका विद्यार्थ्याने मध्येच विचारले, 'आचार्य, जर शत्रूराजाला आपल्याला भेटण्यात स्वारस्य नसेल तर काय? जर तो चर्चेसाठी तयार नसेल तर काय?'

चाणक्याला हा प्रश्न आवडला. प्रश्न नक्कीच विचार प्रवर्तक होता.

तो म्हणाला, 'तू अगदी महत्त्वाचा मुद्दा मांडलास. तुमचं ऐकून घेण्यासाठी राजा कोणालाही न पाठवण्याची शक्यता आहे. अशा वेळी तुमच्यासमोर दोन पर्याय असतात. पहिला म्हणजे पत्र लिहिणे. तुमचे म्हणणे जेव्हा तुम्ही लिखित स्वरूपात मांडता तेव्हा समोरचा पक्ष किमान ते वाचेल अशी अपेक्षा असते शिवाय समोरासमोर बसून बोलण्यापेक्षा लिखित स्वरूपात तुम्ही अनेक गोष्टी अधिक चांगल्या प्रकारे व्यक्त करू शकता. दुसरा पर्याय म्हणजे दूत पाठवणे. तुमचा दूत हा तुमचा प्रतिनिधी असेल. राजनीतीच्या नियमानुसार, शत्रुपक्षातील दूताचाही आदर केला जातो. अशा दूताला सहसा शांतिदूत किंवा शांती-संदेशाचा वाहक म्हटले जाते. दूताला युद्ध करायचे नसते तर त्याला समस्या सोडवण्याची इच्छा असते.

दूत नेमताना काही नियम पाळावे लागतात. या नियमांबद्दल चाणक्याने स्पष्टीकरण दिले. *अर्थशास्त्राच्या* पहिल्या खंडात 'विद्यासमुद्देश' या प्रकरणात हे नियम समजावून सांगितले आहेत.

यानंतर त्याने एक पौराणिक गोष्ट सांगितली. भारतीय संस्कृतीतील ही गोष्ट कायम स्मरणात राहणाऱ्या गोष्टींपैकी एक आहे.

'रावणाला लंकेत भेटायला जाणाऱ्या हनुमानाला आठवा. रावणाने सीतेचे अपहरण केले होते, तर सीतेची सुटका हे हनुमानाचे उद्दिष्ट होते. वानरांची सेना हल्ला करण्यासाठी तयार होती; परंतु सुग्रीवाचा ज्येष्ठ सल्लागार असणाऱ्या जांबुवंताने मात्र सर्व सैन्यासह लंकेत जाण्यापूर्वी प्रथम हनुमानाला तेथे पाठवण्याचे सुचवले.'

यानंतर चाणक्याने रामायणातील काही गोष्टी आणि युद्ध रणनीती यांबद्दलचे स्पष्टीकरण दिले.

'सैन्याने हल्ला करण्याआधी लंकेत जाण्यामागे हनुमानाचे दोन उद्देश होते. पहिला, सीता लंकेतच आहे याची त्याला खात्री करून घ्यायची होती. शत्रूने तिला दुसऱ्या ठिकाणी हलवले नाही ना, हे निश्चित करायचे होते. या गोष्टींची खातरजमा करण्यासाठी कोणाला तरी पाठवणे महत्त्वाचे होते. दुसरा, त्याला शांतिदूताची भूमिका पार पाडायची होती. हनुमान आणि रावण यांच्यामध्ये लंकेत बैठक झाली.

'रावणाने त्याला विचारले, 'तू कोण आहेस?'

'हनुमान उत्तरला, 'मी रामाचा दूत आहे आणि त्याचा संदेश घेऊन आलो आहे.' हनुमानाने आपला कोणताही वैयक्तिक हेतू नसल्याचे स्पष्ट केले. तो रामाचा प्रतिनिधी म्हणूनच आला होता आणि शांतीचा संदेश पोहोचवणे हेच त्याचे कार्य होते.'

विद्यार्थ्यांच्या डोळ्यांसमोर हा सर्व देखावा जिवंत झाला.

'हनुमान रावणाला म्हणाला, 'युद्ध कशासाठी लढायचे? सीतेला परत पाठवा. फक्त हीच आमची मागणी आहे. यामुळे आपल्या सर्वांनाच शांतता लाभेल.'

'परंतु मग्रुर रावणाने ही गोष्ट ऐकली नाही. त्याने आपल्या विचारशक्तीचा उपयोग केला नाही. दुराभिमानाने आणि अहंकाराने उन्मत्त झालेल्या रावणाने, स्वतःहून ओढवून घेतलेल्या या युद्धाच्या परिणामांकडे

पाहिले नाही. त्याच्याकडे बिभीषणासहित अनेक उत्तम सल्लागार होते. त्याची स्वतःची पत्नी मंदोदरी हिनेदेखील सीतेला रामाकडे परत पाठवण्याचे सुचवले होते; परंतु रावणाला जे बरोबर वाटले त्यातच तो अडकून पडला. हीच वेळ असते जेव्हा प्रत्यक्ष युद्धाला सुरुवात होण्यापूर्वी अहंकार महत्त्वाची भूमिका पार पाडतो...'

एक चिंतनशील विराम घेऊन चाणक्य सांगू लागला, 'हनुमान लंकेत सीतेला भेटला आणि ती तिथे असल्याची त्याने खात्री करून घेतली. तो परत आला, तेव्हाच लंकेला जाण्यासाठी आवश्यक ती पावले उचण्यात आली...'

अशा प्रकारे चाणक्याने 'साम' ही संकल्पना त्याच्या विद्यार्थ्यांना उदाहरणांच्या आधारे, त्यांचे विश्लेषण करत समजावून सांगितली. आपण जे शिकवले त्यावर मनन करण्यासाठी त्याने आपल्या विद्यार्थ्यांना थोडा वेळ दिला. दीर्घ श्वास घेत त्याने थोड्याच वेळात आपल्या व्याख्यानाला सुरुवात केली.

'आता मी पुढील रणनीतीबद्दल सांगतो. ती म्हणजे 'दाम.''

दाम

ही चाणक्याची आवडती पद्धत होती. एक रणनीतीकार म्हणून त्याला ठाऊक होते की, बहुतांश लोकांसाठी या पद्धतीचा चांगल्यापैकी उपयोग करता येतो.

'दाम या पद्धतीत आर्थिक घटकांचा वापर करून समस्येचे निराकरण करण्यात येते.'

चाणक्य हा अर्थशास्त्रातील तज्ज्ञ होता, त्यामुळे पैशाचे व्यवहार अत्यंत महत्त्वाचे असतात हे त्याला माहीत होते. त्याला पैशाशी निगडित मानसशास्त्रीय पैलूंची समज होती. पैसा जगातील बहुतांश लोकांवर प्रभाव पाडतो. त्यात सगळेच आले; सामर्थ्यवान आणि दुबळे तसेच गरीब आणि श्रीमंत. पैशाच्या बळावर अनेक समस्या सुटतात.

'या जगामध्ये पैशाची किंमत न कळणारा एकही माणूस नाही. एखाद्या दरिद्री माणसापासून ते एखाद्या राजकुमारापर्यंत प्रत्येक जण पैशाशी जोडलेला असतो. गरीब माणसाला रोजच्या जगण्यासाठी पैसा लागतो, तर श्रीमंत माणसाला गुंतागुंतीच्या अडचणी सोडवण्यासाठी तो लागतो. आपली ताकद इतरांना दाखवून देण्यासाठीसुद्धा पैसा हे एक शक्तिशाली साधन ठरते.'

सूक्ष्म अर्थशास्त्र आणि स्थूल अर्थशास्त्र या नावाने संबोधल्या जाणाऱ्या *अर्थशास्त्रातील* साध्या संकल्पना या शिक्षकाने स्पष्ट करून सांगितल्या.

'पाण्याच्या थेंबांनी समुद्र बनतो. काही लोकांना पाण्याच्या थेंबाविषयी समज असते, तर काहींना समुद्रात स्वारस्य असते. सामान्य मनुष्य कदाचित त्याच्या वाट्याला येणारा प्रत्येक थेंब वापरेल तर राजे किंवा सामर्थ्यवान लोक समुद्राचा खोलवर वेध घेतील. एखादा थेंब काय किंवा संपूर्ण समुद्र काय, या दोन्ही गोष्टी म्हणजे खरंतर पाणीच आहे. फक्त त्याच्या प्रमाणात फरक आहे. बुद्धिमान माणूस पाण्याच्या थेंब आणि संपूर्ण समुद्र या दोन्हींमधील समान धागा पाहतो.'

'रणनीतीकार नेहमी गोष्टींचा संबंध जोडण्याकडे लक्ष देतो. तो साम्यस्थळे शोधून काढतो आणि पुनरावृत्ती होणाऱ्या गोष्टी अधोरेखित करतो. पैशाला अनेक पैलू असतात हे आपल्याला माहिती आहे. या जगातील प्रत्येकाला जोडून ठेवणारा घटक म्हणजे आनंद. प्रत्येकाला आनंदी व्हायचे असते आणि पैशामुळे प्रत्येकाला आनंद मिळतो. यामुळेच आपल्याकडे वापरल्या जाणाऱ्या चलनाला मुद्रा असे म्हणतात. मुद्रा म्हणजे अशी वस्तू जिच्यामुळे आनंद प्राप्त होतो.'

* * *

चाणक्याने आपल्या व्याख्यानात मगध साम्राज्याची संपूर्ण अर्थव्यवस्था स्पष्ट केली. मुद्रा हे तेथील व्यवहाराचे चलन होते. चाणक्याने अत्यंत उत्क्रांत अशी नाण्यांची व्यवस्थादेखील विकसित केली होती. त्यांच्याकडे सुवर्ण, रौप्य आणि कांस्य या धातूंनी बनवलेली नाणी होती. यांना मुद्रा असे म्हणत.

या नाण्यांच्या किंवा मुद्रांच्या बदल्यात माल विकला जात असे. चाणक्याने वस्तू विनिमय म्हणजेच जिथे मालाच्या बदल्यात मालच दिला जातो, अशी पद्धत कधीच मागे टाकली होती. वस्तूंचे आणि व्यक्तींचेदेखील मूल्य ठरवता येणे आवश्यक आहे आणि वस्तूंचे प्रमाण किंवा माणसांचे मूल्य योग्य त्या प्रमाणात पैसे देऊन ठरवण्यात यावे, असे त्याला वाटत असे.

* * *

चाणक्याने त्याच्या विद्यार्थ्यांना सांगितले, 'जेव्हा तुम्हाला एखाद्या माणसाविषयी आदर वाटतो, तेव्हा त्याला योग्य प्रमाणात धन द्या. जेव्हा त्या माणसापासून दूर जाण्याची वेळ येते तेव्हा दक्षिणा द्या. ही दक्षिणा तुमच्या क्षमतेनुसार योग्य प्रमाणात असावी.'

विद्यार्थ्यांना तत्क्षणी गुरुदक्षिणेचा अर्थ लक्षात आला. आपले शिक्षण पूर्ण झाल्यानंतर आपल्या क्षमतेनुसार आपल्या गुरूंना आपण धन दिले पाहिजे; परंतु त्याचबरोबर आपल्याला मिळालेल्या शिक्षणाचे खरे मूल्यही जाणले पाहिजे, हे त्यांना समजले. युद्धाच्या विषयावर परत येत चाणक्याने युद्धामध्ये समस्या सोडवण्यासाठी पैसा ही गोष्ट कशी वापरता येते ही संकल्पना स्पष्ट केली.

'युद्ध टाळण्यासाठी वापरता येणारी दुसरी रणनीती म्हणजे 'दाम'. 'साम' म्हणजेच चर्चा यशस्वी ठरत नाही, तेव्हा ही रणनीती वापरून पाहा. आपण शत्रूशी आर्थिक व्यवहारांच्या भाषेत बोलणी करतो, तेव्हा त्यांना या बोलण्यात स्वारस्य वाटू शकते.'

'युद्धमागील कारणे' या विषयातील कळीच्या मुद्द्यांपैकी एका महत्त्वाच्या मुद्द्याचे मूल्यमापन करत चाणक्याने आपले बोलणे पुढे चालू ठेवले. 'युद्ध आर्थिक कारणांसाठीसुद्धा घडते; आर्थिक युद्धेदेखील असतात. शत्रू हल्ला करून संपत्ती लुटतो. याच कारणासाठी अलेक्झांडरने भारतावर हल्ला केला. या ग्रीक राजाला राज्यविस्तार करायचा होताच शिवाय 'सोन्याचा धूर निघणारा देश' म्हणून भारताचे नाव सर्वांमुखी झाले होते हेसुद्धा त्याला माहिती होते म्हणूनच आपला पराभव केला तर तो अधिक श्रीमंत होणार होता.'

चंद्रगुप्ताकडे पाहत चाणक्य पुढे म्हणाला, 'अलेक्झांडरचा पराभव करण्यासाठी आम्ही पुरेसे शक्तिशाली सैन्य निर्माण केले. नाहीतर या देशातून तो सर्व संपत्ती घेऊन गेला असता. आत्तापर्यंत आपण गरिबीने आणि उपासमारीने पिचलो असतो म्हणून शत्रूला कधीही तुमची संपत्ती हिरावून घेऊ देऊ नका.'

परंतु त्याच वेळी चाणक्य इतर देशांबरोबर संपत्तीची देवाण-घेवाण करण्याच्या विरोधात नव्हता. या पैलूवर त्याने अधिक प्रकाश टाकला.

'आपल्याला इतरांबरोबर व्यापारी संबंध राखून ठेवावे लागतात. सर्व देश एकमेकांवर व्यापाराच्या माध्यमातून अवलंबून असतात. मालाची

सतत देवाण-घेवाण झाली पाहिजे. हे प्रत्येक देशासाठी पोषक असते. एका देशात जे निर्माण होते, ते इतर देशांमध्ये विकले गेले पाहिजे आणि व्यापाराच्या माध्यमातून इतर देशांमधील चांगल्या गोष्टी आपण आणल्या पाहिजेत. असा व्यापार मनुष्यजातीला एकत्र बांधून ठेवतो. नेत्यांनी व्यापाऱ्यांना समजून घेतले पाहिजे. हे व्यापारी आपल्याला युद्ध टाळण्यास मदत करतात.'

'होय. स्थानिक आणि घाऊक व्यापारी युद्ध टाळण्यासाठी महत्त्वाचे असतात. ही माणसं कोणी सामान्य माणसं नसतात. त्यांची पैशांबद्दलची समज प्रगाढ असते, त्यामुळेच ते युद्धातील रणनीतीकार म्हणून उपयोगी ठरतात.'

'जेव्हा एखादा राजदूत म्हणजेच शांतिदूत शत्रुराजा बरोबर चर्चा करताना काही विवाद्य मुद्द्यांवर तोडगा काढू शकत नाही, तेव्हा व्यापारी प्रतिनिधी मंडळ पाठवून पाहावे.'

या शक्तिशाली परिमाणाचा चाणक्याच्या विद्यार्थ्यांनी कधीच विचार केला नव्हता.

'संपत्ती ही चैतन्यदायी असते. धनप्राप्तीच्या भाषेत बोलणी केली असता समोरच्या पक्षात उत्साह संचारतो. आर्थिक फायदे कोणाला नको असतात?'

पैशांच्या बाबतीत बोलणं सुरू असताना विद्यार्थ्यांनासुद्धा अचानक उत्साही वाटू लागले.

'अशी आहे युद्धातील दाम या सूत्राची संकल्पना. युद्ध टाळण्यासाठी ती वापरून पाहा. कारण, युद्धाची वेळ येते तेव्हा तुम्ही आर्थिक पैलू समोर आणले तर शत्रुपक्षालादेखील युद्ध टाळण्याची प्रेरणा मिळते. ही रणनीती बहुतांश वेळा काम करते.'

हे बोलत असताना अचानकच चाणक्याचे डोळे संतापाने लाल झाले आणि तो म्हणाला,

'परंतु काही शत्रू मूर्ख असतात. त्यांना साम किंवा दाम यांपैकी काहीच समजत नाही. त्यांना वेगळ्या पद्धतीने हाताळावे लागते. त्यांना फक्त एकच भाषा समजते ती म्हणजे - दंड.'

दंड

लहान मुलाचे उदाहरण देत चाणक्याने स्पष्ट केले, 'दंड म्हणजे शिक्षा. एखाद्या लहान मुलाला प्रेमाने समजावून सांगूनदेखील एखादी गोष्ट समजत नाही, तेव्हा त्याला शिक्षा करावी लागते. शिक्षेमुळे बऱ्याच गोष्टी सरळ मार्गावर येतील. शिक्षा केली नाही, तर लहान मूल उद्धट बनेल आणि त्याच्या वागण्यात सुधारणा घडवून आणण्यास खूप विलंब झालेला असेल.'

शिक्षा देण्याची आवश्यकता का असते, हे त्याने समजावून सांगितले.

'शिक्षा देणे गरजेचे असते; परंतु शिक्षा देण्याचे योग्य प्रमाणही समजून घ्यायला पाहिजे. जास्त प्रमाणात शिक्षा केली, तर तुमची दहशत वाटेल. अजिबात शिक्षा केली नाही तर शत्रू तुम्हाला गृहीत धरेल. योग्य प्रमाणात केलेली शिक्षा तुम्हाला सन्मान आणि आदर प्राप्त करून देईल.'

शिक्षा करण्याविषयी अधिक तपशीलवार माहिती देत चाणक्याने दंडनीतीच्या सिद्धान्तांचे सखोल दर्शन विद्यार्थ्यांना घडवले.

'युद्ध-रणनीती वापरणे हादेखील दंडनीतीचाच भाग आहे. शत्रूला शिक्षा करण्यासाठी वापरण्यात येणारी रणनीती म्हणजेच दंडनीती. शत्रूवर प्रत्यक्ष हल्ला करण्याची गरज भासली, तर तो काळजीपूर्वक विचार करून घेतलेला धोरणात्मक निर्णय असला पाहिजे. युद्ध टाळण्यासाठी सर्व प्रयत्न केले पाहिजेत हे जरी खरे असले तरी काही वेळा परिस्थिती अशी असते की, युद्ध करणे आवश्यक असते. युद्ध विनाशास कारणीभूत ठरते. तरीदेखील शत्रूला रणांगणावर आपली ताकद दाखवली नाही तर त्यातून पुढे अधिक विनाश होतो.'

चाणक्याने अलेक्झांडर विरुद्ध शक्तिशाली सैन्य उभे केले होते. या शक्तीचा वापर केला नसता, तर अलेक्झांडरने सर्व देशाचा विद्ध्वंस केला असता हे त्याला ठाऊक होते.

'सामर्थ्य सामर्थ्याचा आदर करते. आपण जर सामर्थ्यवान नसलो तर शत्रू आपल्याला गृहीत धरतो. कधीतरी आपल्या शक्तीचे प्रात्यक्षिक युद्धातून दाखवण्याची गरज असते. लष्करी शक्तीचा वापर करायचा असतो. त्याचा गैरवापर होणार नाही, याची आपल्याला खात्री करून घ्यावी लागते, तसेच आपल्या पराक्रमाचा वापर शत्रूविरुद्ध कसा करायचा हे ज्याला कळते, तोच खरा नेता. गरज पडली तर तुम्ही युद्धाला तयार आहात हे शत्रूला

कळले पाहिजे, त्यामुळे त्या मार्गावर जाण्यापूर्वी तो दोनदा विचार करेल. आपल्याला नष्ट करण्याची इच्छा जर त्यांनी मनात धरली तर त्यांना कसे नष्ट करायचे हे आपल्याला चांगलेच माहिती आहे, हा संदेश आपल्याकडून जाणे महत्त्वाचे असते.'

या मुद्द्यावर चाणक्य युद्धांच्या इतिहासात शिरला.

'आपल्या राज्याचा सन्मान आणि आदर पणास लागला असेल, तर रणांगणावर मरण्याचीही आपली तयारी असली पाहिजे, याची जाणीव शक्तिशाली राजांना असते. हल्ला करण्यासाठी तुम्ही दाखवलेली सज्जता, तुम्हाला प्रतिष्ठा आहे आणि तुम्ही स्वाभिमानी आहात हे दाखवून देते, त्यामुळे गरजेचे असेल तेव्हा युद्धाचे आव्हान स्वीकारा. तुमच्या मंत्र्यांना आणि लष्करप्रमुखांना बोलावून घ्या. युद्धनीतीतील तज्ज्ञांना बोलावून घ्या. स्त्रियांनासुद्धा बोलावून घ्या. ज्येष्ठांना बोलावून घ्या. मग त्यांचे सल्ले आणि आशीर्वाद घेऊन रणांगणात शत्रूवर चाल करून जाण्यास सज्ज व्हा.'

'आता मागे वळून पाहणे नाही' या सुरात चाणक्य पुढे बोलू लागला.

'तुमच्याकडे सर्वोत्तम शस्त्रास्त्रे असली पाहिजेत. सर्वोत्तम रणनीती असल्या पाहिजेत. तुमच्याकडे सर्वाधिक शक्तिशाली आणि प्रेरित सैनिक असले पाहिजेत. मग तुमच्याकडे युद्ध हरण्याचे कोणतेही कारण नसेल. युद्धे टाळली पाहिजेत, होय; नक्कीच; परंतु तसे जनमत नसेल तर युद्धे जिंकली पाहिजेत. युद्ध करण्यासाठी जाणे आणि हरणे हा मूर्खपणा ठरेल, त्यामुळे हल्ला करण्यापूर्वी उत्तम योजना बनवा आणि एकदा हल्ला केला की, सरळ ठार करा. तुमच्या तीराने लक्ष्याचा वेध अचूक घेतला पाहिजे. एकाच घावात तुमच्या तलवारीने शत्रूचे शीर धडावेगळे केले पाहिजे आणि क्षणात शत्रूच्या मानसिकतेवर जखम केली पाहिजे.

योद्ध्यांचे दर्शन केवळ रणभूमीवर होत नाही, तर युद्धावर जाण्याआधी बराच काळ ते युद्धासाठी संपूर्णपणे सज्ज राहतात. कोणत्याही क्षणी युद्धाची जबाबदारी घेण्यास ते तयार असतात, त्यामुळे योग्य वेळ येते तेव्हा ते शत्रूचा खातमा करू शकतात.'

दंड या संकल्पनेविषयी चाणक्याने स्पष्टीकरण दिल्यानंतर आजूबाजूच्या वातावरणात उत्साह संचारला.

एका बुद्धिमान विद्यार्थ्याने प्रश्न विचारला.

'आचार्य, जर शत्रू इतके बळ आपल्याकडे नसेल तर काय करावे? जर त्यांच्याकडे आपल्यापेक्षा मोठे सैन्य असेल तर काय करावे? जर त्यांच्याकडे आपल्यापेक्षा चांगले योद्धे आणि शस्त्रास्त्रे असतील तर काय करावे?'

आचार्यांनी मग चौथी रणनीती त्यांच्यासमोर मांडली.

'असे असेल तर भेदाचा वापर करावा.'

भेद

भेद म्हणजे दुफळी निर्माण करणे. ही रणनीती कधीच अपयशी ठरत नाही. एखादा छोटा राजासुद्धा ही पद्धत वापरून एखाद्या शक्तिशाली मोठ्या राजाला सहज पराभूत करू शकतो.

'भेद या रणनीतीमध्ये शत्रूच्या स्वतःच्याच गोटात फूट पाडणे आवश्यक आहे. याला दुहेरी धोरण असे म्हणतात.'

या रणनीतीच्या वेगवेगळ्या अंगांविषयी चाणक्य सांगू लागला.

'शत्रूची शक्ती, त्याच्या एकजुटीत सामावलेली असते. शत्रूच्या गोटातील सर्व जण एकत्रित आणि एकजुटीने उभे राहिले, तर त्यांना हरवणे सोपे नसते; परंतु त्यांच्यामध्ये अंतर्गत कलह निर्माण केला तर आपला हाच सर्वशक्तिमान शत्रू, आपापसातच लढतो. फूट पडल्यामुळे त्यांच्याकडे असलेली सर्व शक्ती ते गमावतात. तुम्हाला शत्रूला ठार करण्याची गरज पडत नाही. ते स्वतःच स्वतःला ठार करतात. फूट पाडा आणि राज्य करा अशीच ही भेद रणनीती. त्यांना स्वतःचे विभाजन करू दे आणि राज्य तुम्ही करा.'

चाणक्याने युद्धातील रणनीतीच्या या चतुःसूत्रीचा सारांश सांगितला.

'कधी कधी एका शत्रूच्या बाबतीत जी पद्धत लागू पडेल, तीच दुसऱ्याच्या बाबतीत लागू पडते, असे नाही, त्यामुळे कोणत्या क्षेत्रासाठी कोणती रणनीती लागू पडेल, यावर चिंतन केले पाहिजे. योग्य वेळ हीदेखील महत्त्वाची बाब असते. योग्य रणनीती चुकीच्या वेळी राबवली तर तिच्या नशिबी अपयश येते.

'योग्य स्थळ हेसुद्धा निर्णायक ठरते. तुम्ही शत्रूला तुमच्याकडे बोलावून घेतले, तर साम राबवताना तुम्हाला धोरणात्मक फायदा मिळतो. समोरच्या शत्रूला तुम्ही अपेक्षेपेक्षा अधिक आर्थिक फायदे देऊ केलेत, तर त्याचा

तुम्हाला उपयोग होतो आणि अनपेक्षितपणे केलेला दंड किंवा हल्ला यामुळे शत्रू अचंबित होऊन तुमच्या जाळ्यात अडकतो.'

'आणि हो. तुम्ही शत्रूगटात, त्यांच्याच लोकांमध्ये फूट पाडून 'तोडा आणि राज्य करा' हे धोरण राबवण्याचे ठरवत आहात हे शत्रूला कधीही कळता कामा नये. आजच्या व्याख्यानाची वेळ संपत आली होती; परंतु जी महान संकल्पना विद्यार्थ्यांना आयुष्यभर वापरावी लागणार आहे, त्याची त्यांना फक्त ओळख करून देण्यात आली होती.'

तसेच गुरुकुलातील लहान वर्गाच्या विद्यार्थ्यांसाठी ही संकल्पना नवी होती. चंद्रगुप्त यापूर्वीच ही संकल्पना शिकला होता, त्यामुळे या व्याख्यानात त्याची उजळणी झाली होती.

समाप्तीची प्रार्थना म्हणून झाल्यानंतर वर्गाची पांगापांग झाली.

चाणक्य आणि चंद्रगुप्त एकत्रच वर्गाबाहेर आले. दोघेही शांत आणि चिंतनशील होते.

काही क्षणांनी आचार्यांनी आपल्या विद्यार्थ्याला सांगितले, 'चंद्रगुप्ता पुढच्या वेळी तू येशील, तेव्हा या तरुण मुलांचा वर्ग तू घे. आपण साम, दाम, दंड आणि भेद या रणनीती आपल्या अनेक युद्धांमध्ये वापरल्या आहेत. तुझे अनुभव तू त्यांना सांग. तुझ्याकडून तुझी गोष्ट ऐकल्यामुळे आणि तुझे अनुभव जाणून घेतल्यामुळे त्यांचा फायदा होईल.'

तरुण मनांशी संवाद साधण्याच्या या प्रस्तावामुळे उत्तेजित झालेला राजा म्हणाला, 'होय आचार्य, हे तर माझे अहोभाग्यच! मी त्या संधीची नक्की वाट पाहीन.'

यावर आवाजात जरब आणून चाणक्याने त्याच्या सर्वाधिक सक्षम विद्यार्थ्याला जणू आज्ञाच दिली,

'परंतु आत्ता तू परत जा. तुला राज्यकारभारदेखील पाहायचा आहे. ते तुझे प्रथम कर्तव्य आहे. मी ज्ञानदान करेन आणि तू राज्य कर.'

दोघेही अगदी मनापासून हसले. चाणक्य आपल्या कुटीमध्ये दिसेनासा होत असताना आणि चंद्रगुप्त आपल्या महालाकडे जाण्याच्या मार्गावर असताना, दोघांनीही निश्चय केला; आपापली कर्तव्ये पार पाडण्याचा तसेच या देशाचे बाह्य आणि अंतर्गत शत्रूंपासून संरक्षण करण्याचा.

६

युद्ध : बुद्धिबळाचा खेळ

> आपल्या आणि आपल्या शत्रूच्या ताकदीची तुलनात्मक सामर्थ्ये किंवा कमजोर जागा, दोघांना उपलब्ध असणाऱ्या स्थळकाळाच्या मर्यादा, दोन्ही पक्षांतील पाठीमागून बंड करणारी माणसे तसेच दोन्ही बाजूला होणारे नुकसान, येणारा खर्च, मिळणारे फायदे आणि मार्गातील अडथळे या सर्व गोष्टी निश्चित करून मगच जेत्याने चाल करावी.
>
> – *अर्थशास्त्र* (९.१.१)

चाणक्याने आपल्या विद्यार्थ्यांना निरनिराळे खेळ खेळण्यास नेहमीच प्रोत्साहन दिले. त्याने त्यांना शारीरिक आणि बौद्धिक असे दोन्ही खेळ शिकवले. एखाद्या राजाच्या दिनक्रमाचा अभ्यास केला, तर आपल्याला असे आढळून येईल की, राजा निरनिराळ्या व्यवधानांमध्ये व्यस्त असतो. शारीरिक कामांमध्ये त्याचा रोजचा व्यायाम, चालणे, लष्कराची तपासणी, शिकार आणि अशाच प्रकारच्या इतर गोष्टी समाविष्ट असतात, तर बौद्धिक कामांमध्ये युद्धातील डावपेचांविषयीचे धोरणात्मक विचार, तज्ज्ञांशी चर्चा आणि अभ्यास यांचा अंतर्भाव होतो.

आपली बुद्धी विकसित करण्याच्या सर्वोत्तम मार्गांपैकी एक म्हणजे डोक्याला चालना देणारे खेळ खेळणे. असे खेळ आपल्याला विचार करायला भाग पाडतात आणि समस्यांवर नवा प्रकाश टाकत महत्त्वपूर्ण उपाय सुचवतात. युद्धाची तयारी करताना किंवा युद्ध चालू असताना आपण सतर्क असलेच पाहिजे; परंतु शांततेच्या काळातदेखील दक्षता घेतली पाहिजे. युद्ध जिंकल्यानंतरदेखील चाणक्य राजाला निवांत बसू देत नसे. नेत्याने नेहमीच जागरूक असले पाहिजे. राज्याची धुरा सांभाळण्यासाठी त्याला शारीरिकदृष्ट्या बळकट आणि बौद्धिकदृष्ट्या सतर्क असा नेता हवा होता.

विजयाचे पारडे दोन्हीपैकी कोणत्याही बाजूस झुकण्याची समसमान शक्यता असते. आपण विजय गृहीत धरता कामा नये. कारण, असे घडले तर त्या क्षणी शत्रू त्याच्यावर ताबा मिळवेल म्हणूनच युद्धाच्या आधी किंवा नंतर आपल्यामध्ये शिथिलता येता कामा नये.

युद्धासाठी सज्ज असण्याचा सर्वोत्तम मार्ग म्हणजे युद्धाविषयी विचार करत राहणे.

एक अत्यंत प्रसिद्ध गोष्ट आहे; '२४चा नियम' सांगणाऱ्या आणि आपल्या खेळाडूंनी तो आचरणात आणावा, यासाठी तळमळ बाळगणाऱ्या प्रशिक्षकाची. जिंकणे किंवा हरणे हे खेळाचे अगदी स्वाभाविक परिणाम आहेत; परंतु हार असो वा जीत, उत्तम खेळाडू नेहमीच पुढील खेळासाठी तयार असतो.

काय आहे हा २४चा नियम?

हा नियम असे सांगतो की, निकाल काहीही असो, खेळ संपल्यानंतर २४ तासांचा विराम घेतला पाहिजे, त्यामुळे आपण खेळात जिंकलेलो असलो तर खेळानंतर ही जीत साजरी करण्यास आपल्याला २४ तास मिळतात. याउलट आपण पराभूत झालेलो असलो, तरी हे २४ तास आपल्या नकारात्मक भावनांना शांत करून मन स्थिर करण्यासाठी आवश्यक ठरतात. आपण का हरलो, आपल्या प्रतिस्पर्ध्याचे कोणते पैलू सरस ठरले, कोणत्या गोष्टी आपण वेगळ्या पद्धतीने करू शकलो असतो, या सर्व बाबींवर विचार करून त्यांचे विश्लेषण आपण या काळात करू शकतो.

२४चा नियम असे सांगतो की, यश असो वा अपयश, हार असो वा जीत, आपण फक्त एकच दिवस विराम घेतला पाहिजे. त्यानंतर आपण पुन्हा सज्ज होऊन मैदानात उतरले पाहिजे. माघार घेऊन निवांत बसता कामा नये. २४ तासांत परत मैदानात उतरण्यास आपण तयार असले पाहिजे.

हाच नियम योद्ध्यांनासुद्धा लागू पडतो. सैन्याचा नेता किंवा राजा यांनी यशाने संतुष्ट होऊ नये किंवा पराभवाने उद्विग्न होऊ नये.

सराव हीच गुरूकिल्ली.

सर्वोत्तम लष्कर स्वतःला शारीरिकदृष्ट्या आणि बौद्धिकदृष्ट्या नेहमी सुसज्ज ठेवते. नकली कारवाया आणि नकली युद्धाची रणनीती आखण्याच्या सरावात ते स्वतःला गुंतवून ठेवते.

परंतु असे करताना युद्ध-रणनीतीमध्ये आवश्यक असणारी बौद्धिक आणि मानसिक सुसज्जता हे आपले लक्ष्य आहे. युद्धामध्ये आपल्याला सतर्क राहावे लागते आणि त्यासाठी तशी सवय लावावी लागते. अशी सवय लागण्यासाठी सर्वाधिक महत्त्वाचा घटक म्हणजे सराव.

आपल्याला बौद्धिकदृष्ट्या सक्रिय ठेवण्यासाठी वापरण्यात येणाऱ्या पद्धतींपैकी एक म्हणजे निरनिराळ्या युद्धस्थितींची कल्पना करणे आणि त्यांचा सराव करणे. शत्रूकडून होऊ शकणाऱ्या हालचाली डोळ्यासमोर आणणे आणि त्यानंतर उत्तरादाखल खेळायच्या संभाव्य चालीची योजना आखणे. आधुनिक लष्करी युद्धांमध्ये अशी अनेक तंत्रे उपलब्ध आहेत. तिथे युद्धाची नकली प्रात्यक्षिके देणारी यंत्रे आणि प्रत्यक्ष नकली युद्धे यांद्वारे लष्कर युद्धाच्या खेळाचा सराव करते. वस्तुतः अधिक चांगले प्रशिक्षण मिळण्यासाठी दोन किंवा अधिक देश एकत्र येऊन युद्धाचे खेळ खेळू शकतात.

* * *

एके दिवशी चाणक्य मन लावून अध्ययन करत होता. युद्धनीतीवर थोडा वेळ चिंतन केल्यानंतर आपण चंद्रगुप्ताला भेटले पाहिजे, असे त्याला वाटले. मगधच्या या राजाला त्याने दूताकरवी भेटीचा निरोप पाठवला. चाणक्याला या भेटीत चंद्रगुप्ताबरोबर शत्रूच्या संभाव्य हल्ल्यासंबंधी चर्चा करायची होती.

'चंद्रगुप्त महाराज, 'चतुरंग' खेळण्यात व्यस्त आहेत,' असा निरोप घेऊन चाणक्याने पाठवलेला दूत परत आला. 'आपल्या गुरूंनी भेटीचे निमंत्रण धाडले असताना, 'चतुरंग'सारखा खेळ खेळण्यास प्राधान्य देऊ नये, असे चंद्रगुप्त महाराजांच्या मंत्र्यांना सांगण्याचे धाडसदेखील मी केले,' हेसुद्धा त्याने आचार्य चाणक्याला सांगितले.

परंतु चाणक्याने यावर दिलेली प्रतिक्रिया पाहून त्याचा दूत अचंबित झाला. कारण, त्याने सांगितलेला वृत्तांत ऐकूनसुद्धा चाणक्याने समाधानी दृष्टिक्षेप टाकला आणि म्हणाला, 'चतुरंग अर्धवट न सोडण्याची निवड राजाने केली, याचा मला आनंद झाला. कारण, मी स्वतःच युद्ध-रणनीतीमध्ये पारंगत होण्यासाठी चंद्रगुप्ताला चतुरंग खेळण्याचा सल्ला दिलेला आहे.'

चतुरंग

संस्कृतमध्ये 'चतुर' म्हणजे चार आणि 'अंग' म्हणजे भाग. पूर्वीच्या काळी चतुरंग हा पटावर खेळला जाणारा खेळ राजे-महाराजे खेळत. रणनीती समजण्यासाठी रचलेल्या आधुनिक खेळांसारखाच हा खेळ त्या काळी लोकप्रिय होता.

चतुरंगमध्ये नावाप्रमाणेच सैन्याचे चार भाग असतात - रथ, घोडे, हत्ती आणि सैनिक.

त्या कालखंडातील सैन्यांत रथांचा वापर होत असे. राजे आणि ज्येष्ठ सेनापती रथावर स्वार होत. हे रथ चालवण्यासाठी नेमलेल्या चालकांना सारथी म्हणत. या रथांमध्ये स्वार होणाऱ्या सेनापतींसाठी युद्धात वापरता येतील, अशा शस्त्रास्त्रांचे साठे असत. युद्ध चालू असताना सारथी रथासाठी मोक्याची जागा शोधून काढत आणि त्याच वेळी सेनापती आपले ध्यान संपूर्णतः आपल्या लक्ष्यावर केंद्रित करीत.

सेनापती आणि सारथी यांची उत्तम जोडी जमणे का महत्त्वाचे आहे, याचे महाभारत हे एक मोठे उदाहरण आहे. भगवान श्रीकृष्ण सारथी तर अर्जुन योद्धा होता. भगवान श्रीकृष्णांनी अर्जुनाला सातत्याने युद्धातील चाली आणि एखाद्या विशिष्ट परिस्थितीत कोणती शस्त्रात्रे वापरावीत, याविषयी मार्गदर्शन केले.

'एकत्र काम करणारी दोन मने' हा या संयुक्त प्रयत्नाचा दुसरा मोठा फायदा होय. उत्तम सारथी असणे हा सेनापतीसाठी धोरणात्मक फायदा असतो. आपल्या बाजूला सर्वोत्तम सारथी असावेत, याची सेनापती खात्री करून घेतात.

नंतर येतात ते घोडे. त्या काळी राजांना उत्तम घोडेस्वारीचे प्रशिक्षण दिले जाई. हे प्रशिक्षण योद्ध्यासाठी महत्त्वाचे असे. यामुळे घोडेस्वाराला

शत्रूसैन्यात घुसणे आणि चपळाईने हल्ला करणे शक्य होत असे. एखाद्या जंगली घोड्याला माणसाळवून प्रशिक्षित करणे ही एका उत्तम योद्ध्यासाठी परीक्षा असायची. कारण, त्यातून घोडा आणि त्याचा मालक यांच्यात एक नाते निर्माण होत असे. त्यांच्यातील नाते हे युद्धाच्या वेळी महत्त्वपूर्ण ठरत असे. शिवाजी महाराज असोत वा राणाप्रताप, आपल्या भूमीतील सर्व महान युद्धवीर हे उत्तम घोडेस्वारसुद्धा होते.

आजदेखील काही लष्करी शाळांमध्ये आणि सशस्त्र सैन्यदलांमध्ये घोडेस्वारीचे प्रशिक्षण दिले जाते. आयपीएसच्या (इंडियन पोलीस सर्व्हिस) अधिकाऱ्यांना प्रशिक्षण देणारी सरदार पटेल पोलीस अकादमी, तिथल्या विद्यार्थ्यांना घोडेस्वारी शिकवते. नेतृत्व गुण विकसित करण्यास घोडेस्वारीची मदत होते, असा एक विश्वास आहे.

आता युद्धात घोडे अजिबात वापरले जात नाहीत, तरीही संपूर्ण जगाच्या लष्करी इतिहासाचा ते महत्त्वाचा भाग आहेत. सशस्त्र सैन्यदलांमध्ये त्यांचे वास्तविक मूल्यापेक्षा प्रतीकात्मक मूल्य अधिक आहे. राष्ट्रीयदृष्ट्या महत्त्वाच्या अशा कोणत्याही कार्यक्रमास जेव्हा भारताचे पंतप्रधान उपस्थित राहतात, तेव्हा उत्तमरीत्या प्रशिक्षित अशा घोड्यांनी सज्ज झालेल्या रथातून ते प्रवेश करतात.

नंतर होते हत्ती. अगदी अनादि काळापासून हत्ती आपल्या सैन्याची ताकद आहेत. हत्तींची संख्या आणि त्यांची गुणवैशिष्ट्ये याबाबतीत हाताच्या बोटावर मोजण्याइतकेच देश भारताची बरोबरी करू शकतात. आपल्या हत्तींमध्येच आपल्या देशाची ताकद सामावलेली आहे, हे चाणक्य जाणून होता. *अर्थशास्त्रामध्ये* त्याने हत्तींविषयी सविस्तर चर्चा केली आहे. हत्तींना पकडणे, त्यांना प्रशिक्षण देणे, त्यांची काळजी घेणे आणि त्यांच्या खाद्यविषयक गरजांकडे लक्ष देणे अशा गोष्टींचा त्यामध्ये अंतर्भाव आहे.

आपल्या हत्तीखान्यात दररोज एक फेरी मारावी आणि तिथे देखरेख करावी, असा सल्ला राजाला देण्यात येतो. यावरूनच राजासाठी आणि राज्यासाठी हत्ती किती महत्त्वाचे होते हे दिसून येते. हत्तींना सर्वाधिक महत्त्वाची राष्ट्रीय संपत्ती मानण्यात येत असे.

हत्तीणीच्या गर्भारपणाचा आनंद एखाद्या सणासारखा साजरा केला जात असे. एखाद्या गर्भवती मुलीला जितक्या आत्मीयतेने वागवले जायचे

तशीच वागणूक हत्तीणीलाही दिली जायची. आपल्या भारतीय संस्कृतीत एखादी मुलगी आई होणार असेल तर आनंदाचे, उत्सवाचे वातावरण दिसून येते, तसेच त्या मुलीला अत्यंत आदराने, प्रेमाने आणि काळजीने वागवले जाते. पौष्टिक जेवण दिले जाते आणि अशा नाजूक अवस्थेत तिची मनःपूर्वक काळजीही घेतली जाते. शिवाय परिवारातील सदस्य तिच्याकडे थोडे जास्त लक्ष देतात. देशातील कायदेदेखील गर्भवती स्त्रियांच्या बाजूने असतात. बहुतांश कामांच्या ठिकाणी महिलांना प्रसूती रजा दिली जाते. आपली संस्कृती आणि समाज या स्त्रियांना पोषक अशा सुविधा देतात, त्यामुळे ती तिच्या बाळाला वात्सल्यमय वातावरणात जन्म देऊ शकते.

अशाच प्रकारची विशेष वागणूक गर्भार हत्तीणींना दिली जायची. कारण, त्यांची गणना राज्याच्या अनमोल मालमत्तेत होत असे. त्यांची काळजी घेण्यासाठी विशेष आहार तज्ज्ञ आणि विशेष पशुवैद्यकीय तज्ज्ञ यांची नेमणूक करण्यात येत असे. गर्भार हत्तीणींचा आहार अतिशय वेगळा आणि त्यांच्यासाठी अनुकूल असा बनवलेला असे. तिला आवश्यक असणाऱ्या सर्व पोषणतत्त्वांची काळजी या आहारात घेण्यात येत असे. वैद्यांकडून त्यांची दररोज तपासणी होत असे आणि त्या तपासणीचा अहवाल प्रत्येक दिवशी सादर केला जात असे.

आता युद्धातील हत्तींबाबत समजून घेऊ या. हत्तींच्या गटामधून त्यांची काळजीपूर्वक निवड करण्यात येत असे आणि मग त्यांना वेगळ्या प्रकारे प्रशिक्षण देण्यात येत असे. त्यांना विशेष आहारही पुरवण्यात यायचा. वस्तुतः या हत्तींना मांस आणि दारू दिली जायची असाही एक समज होता. नैसर्गिकरीत्या शाकाहारी असणाऱ्या हत्तींना मांस देण्याची कल्पना तरी तुम्ही करू शकता का? परंतु हे सगळ्या हत्तींसाठी नसून फक्त युद्धात वापरण्यात येणाऱ्या हत्तींसाठी होते, हे लक्षात घेतले पाहिजे. युद्धातील हत्तींना आक्रमक आणि हल्ल्यासाठी तयार असावे लागे. दारू आणि मांस असा आहार दिल्यामुळे त्यांची आक्रमकता वाढण्यास मदत होई. चाणक्याने आपले आयुर्वेदाचे ज्ञान वापरून युद्धातील हत्तींसाठी काही ठरावीक औषधे बनवली होती.

त्यामुळे सशस्त्र सैन्यामध्ये शक्तिशाली आणि पराक्रम गाजवणारा हत्ती हा चतुरंगचा तिसरा घटक होता. हत्तींचे नुसते दर्शनही शत्रू सैन्याचा थरकाप उडवण्यास पुरेसे होते. हत्तींना कसे हाताळायचे हे माहीत नसलेल्या सैन्यांना नेहमीच अशा थरकाप उडवणाऱ्या परिस्थितीस तोंड द्यावे लागत असे.

चाणक्याने अलेक्झांडर आणि त्याच्या सैन्याला हरवण्यासाठी याच पद्धतीचा वापर केला. जगाच्या ज्या भागात हत्तींचा सहसा वापर होत नाही, अशा प्रदेशातून आलेल्या शत्रूवर प्रशिक्षित आणि शक्तिशाली हत्तींनी हल्ला केला असता काय होईल, याची फक्त कल्पना करा. यामुळे शत्रूसैन्याचा आत्मविश्वास डळमळीत होतो. अलेक्झांडरच्या सैन्याला अशा प्रकारच्या हल्ल्याला कसे तोंड द्यायचे हे माहीतही नव्हते. अलेक्झांडरसाठी चाणक्यासारखा विचार करणे फारसे सोपे नव्हते, यात काहीच नवल नाही. कारण, चाणक्याला आपल्या शत्रूच्या मर्यादा खूप आधीच माहिती असत.

चतुरंगच्या शेवटच्या भागात सैनिकांचा समावेश होतो. त्यांना पायदळातील सैनिक असेदेखील म्हणतात. कारण, त्यांचा क्रमांक सर्वांत शेवटी लागतो. तरीही हे सैनिक युद्धामध्ये पुढच्या फळीला लढत असतात. आदेश मिळताच ते लगेच हल्ला करतात. पायदळाच्या हल्ल्यात धोरणात्मक विचार फारसा केला जात नाही. हे सैनिक विचारांपेक्षा कृतीतून अधिक बोलतात. चतुरंग हा एक पिरॅमिड आहे असे मानले तर पायदळातील सैनिक हा त्याचा पाया असतो; परंतु त्याचे महत्त्व कमी लेखून चालत नाही.

एकाच सैनिकावर, मोठ्या संख्येने पायदळातील सैनिक चालून जातात. युद्धामध्ये सैनिकांच्या संख्येमुळे खूप मोठा फरक पडतो. सैन्याचा आकार अत्यंत महत्त्वाचा असतो. पायदळातील सैनिक संख्येने खूप जास्त असतील, तर अनेक धोरणात्मक फायदे होतात.

प्रशिक्षित आणि उत्तम शस्त्रास्त्रे असलेल्या पायदळाची कल्पना करून पाहा. त्यांना जर सर्वोत्तम शस्त्रे दिली आणि सर्वोत्तम प्रशिक्षण दिले, तर लष्कराची ही शेवटची कडी अतिशय मजबूत बनते. अजून एका गोष्टीमुळे खूप मोठा फरक पडतो आणि ती म्हणजे पायदळातील सैनिकांना दिलेली शस्त्रास्त्रे.

लष्करी रणनीतीचा सराव करण्यासाठी अनेक राजे चतुरंग खेळत. आता आपण या खेळाबद्दल माहिती करून घेऊ या.

खेळाच्या सुरुवातीस, दोन्ही खेळाडूंकडे असलेल्या सोंगट्याची संख्या सम-समान असते. त्यांच्यासाठी बनवलेले नियमही सारखेच असतात. रथ, घोडे, हत्ती आणि सैनिक यांची संख्या दोन्ही बाजूस समान असते. प्रत्येक खेळाडूला आपल्या प्रतिस्पर्ध्याविरुद्ध मोजूनमापून चाल खेळावी लागते.

सुरुवातीला दोघेही तुल्यबळ असतात; परंतु जो चलाखीने चाली खेळतो तोच नेहमी विजेता ठरतो.

निरनिराळे क्रम लावणे आणि निरनिराळ्या गोष्टी निरनिराळ्या पद्धतीने एकत्रित करणे या साऱ्याचा हा खेळ आहे. जर एखाद्या खेळाडूने एखादी चाल खेळली तर दुसरा खेळाडूसुद्धा त्यानुसार चाल खेळतो. जर एखाद्याने एखादा सैनिक मारला तर प्रतिस्पर्धी खेळाडूसुद्धा एक सैनिक मारतो. दोन्ही बाजूंना नियम सारखे असतात, त्यामुळे कोणालाही अधिक फायदे मिळत नाहीत. एखादा खेळाडू कशा पद्धतीने विचार करतो, त्यामुळेच सगळा फरक पडतो.

'युद्धं रणांगणावर खेळली जात नाहीत, तर सेनापतींच्या मनात खेळली जातात,' त्यामुळेच अनेकदा युद्धातील डावपेचांवर धोरणात्मक विचार करण्यास प्रोत्साहन देण्यासाठी आणि चाली-प्रति-चालींवर विचार करण्याची ऊर्मी जागृत करण्यासाठी चतुरंग खेळला जात असे.

काही वेळा आपल्याला पुढील दहा चालींचा आधीच विचार करावा लागतो. खेळ जसा जसा पुढे सरकतो; तसा तसा आपण प्रतिस्पर्ध्याच्या चालीबद्दल विचार करतो. अशा वेळी शत्रूच्या मनात आपण प्रवेश केलेला असतो.

चतुरंग आणि बुद्धिबळ यांचा खेळ

आधुनिक काळात विकसित होत गेलेल्या बुद्धिबळ या खेळाचा चतुरंग हा पाया आहे.

आजकाल सशस्त्र सैन्यदलांमध्ये धोरणात्मक विचारांची बांधणी करण्यासाठी बुद्धिबळ हा खेळ खेळण्यास उत्तेजन दिले जाते.

बुद्धिबळाच्या खेळामध्ये अनेक बदल झालेले आहेत; परंतु या खेळाचा जन्म भारतभूमीतला आहे आणि हा खेळ आता संपूर्ण जगात खेळला जातो.

बुद्धिबळाच्या मूळ खेळामध्ये म्हणजेच चतुरंगमध्ये, सैन्यात फक्त चार घटक असत (रथ, घोडे, हत्ती आणि सैनिक). आज या खेळात अनेक घटक वाढवण्यात आले आहेत. या खेळाचे नियमदेखील बदलले आहेत, विकसित झाले आहेत.

हा खेळ भारताकडून मध्य पूर्वेत गेला, तेव्हा त्याच्यात पहिली भर पडली ती उंटांची. भारतात फक्त राजस्थान आणि गुजरात (कच्छ प्रांत) अशा वाळवंटी प्रदेशातील काही राज्ये वगळता उंट सर्वत्र फारसे आढळत नाहीत; परंतु मध्य पूर्वेमध्ये एकदा उंटाला या खेळात स्थान देण्यात आले आणि हत्ती, घोड्यांप्रमाणे तेदेखील या खेळाचा अंगभूत भाग बनून गेले. नंतर जेव्हा हा खेळ युरोपीय देशांमध्ये पसरला, तेव्हा त्यात अनेक बदल करण्यात आले आणि तो 'बुद्धिबळ' या नावाने ओळखला जाऊ लागला.

याशिवाय, गेल्या काही वर्षांत या खेळात अनेक बदल करण्यात आले. बुद्धिबळाचा पट अधिक चांगल्या रीतीने आखण्यात आला. त्यामध्ये ६४ चौरस आणि अधिक शक्तिशाली घटकांची भर घालण्यात आली.

आज बुद्धिबळ या खेळाने आंतरराष्ट्रीय कीर्ती प्राप्त केली आहे. संपूर्ण जगात या खेळाच्या स्पर्धा होतात. कॉफी हाउसपासून ते वाचनालयापर्यंत, अशा अनेक सार्वजनिक ठिकाणी हा खेळ असल्याचे दिसून येते. या खेळाचे वर्तमानातील स्वरूप हे या सर्व प्रवासातून घडलेले आहे; परंतु या खेळाचा आरंभ भारतातून झाला, शिवाय खेळ विकसित करण्यात चाणक्याचे योगदान आहे, हे विसरता कामा नये. त्याने राजांना आणि लष्करी नेत्यांना हा खेळ खेळण्यास प्रोत्साहन दिले.

या खेळातून मिळणाऱ्या मानसिक आणि बौद्धिक फायद्यांविषयी जे सांगण्यात येते, त्यात कोणतीही अतिशयोक्ती नाही.

बुद्धिबळाचे नियम

इतर खेळांप्रमाणेच बुद्धिबळालासुद्धा त्याचे स्वतःचे असे नियम असतात.

बुद्धिबळ हा युद्धाचा खेळ आहे हे आपण लक्षात ठेवले पाहिजे, त्यामुळे युद्धामध्ये अपेक्षित असणाऱ्या नियमांना धरूनच हा खेळ खेळला जातो. नियमांचे पालन काटेकोर व्हायलाच हवे, या विचाराला चाणक्याने नेहमीच महत्त्व दिले. बऱ्याच वेळा हे नियम मूलभूत मूल्यांवरून आणि तत्त्वांवरून आलेले असतात. चाणक्य नेहमी म्हणत असे की, नियम खेळात चैतन्य घेऊन येतात, त्यामुळे खेळातून होणारी करमणूक आणि खेळातील विजयास कारणीभूत ठरणारा घटक अशा दोन्ही गोष्टींना गती मिळते.

नियम कसे बनवले गेले हे समजून घेण्यासाठी भूतकाळात शिरून त्यांची उजळणी केली पाहिजे. नियमांवर अनेक तास चिंतन करण्यात आले तसेच अनेक वर्षं ऊहापोह करण्यात आला. या नियमांवर न संपणाऱ्या चर्चा आणि वादविवाद झाले आणि मग त्यांचे परीक्षण करत त्यांच्यातील त्रुटी जाणून घेऊन त्यात सुधारणा करत करत शेवटी ते स्वीकारले गेले.

तथापि, हे नियम म्हणजे काही काळ्या दगडावरची रेघ नव्हते. त्यांच्यावर विविध प्रकारची टीका झाली आणि निरनिराळ्या परिस्थितीतून त्यांना जावे लागले. त्यानंतरच शेवटी, आज बुद्धिबळ खेळण्यासाठी जे नियम वापरतात ते तयार झाले. अशा प्रकारे अत्यंत सखोल ऊहापोह आणि विचार मंथनासह काळानुरूप हा खेळ सतत बदलत राहिला. नवीन नियम बनत गेले आणि येणाऱ्या तरुण पिढ्यांनी आपल्याला स्वीकारावे, यासाठी हा खेळ सतत नवनवीन घटकांशी जुळवून घेत राहिला.

स्वामी चिन्मयानंद नेहमी म्हणत की, प्रत्येक पिढीच्या दोन जबाबदाऱ्या असतात. एक : जुन्यातील जे चांगले आहे ते घेऊन पुढे जाणे आणि दुसरी : जे आवश्यक नाही आणि काळाशी सुसंगत नाही, त्यात बदल करणे.

बदलत्या काळाने, पिढ्यांगणिक होत जाणारे युद्धांमधील बदलदेखील पाहिले. घोडे, हत्ती आणि उंट यांपासून सुरू झालेल्या लष्करी दलांकडे आज युद्धनौका आणि आण्विक शस्त्र आहेत; परंतु बदलला नाही तो नियमांचा गाभा म्हणजेच मूळ तत्त्वे.

चाणक्य हा नीतिनियम, तत्त्वे आणि मूल्ये यांतून निर्माण झालेल्या धर्माचा कट्टर समर्थक होता. उत्तम नेतृत्वाची ६,००० सूत्रे समाविष्ट असणाऱ्या *अर्थशास्त्रात* त्याने धर्म हा शब्द १५० वेळा वापरला आहे.

युद्धाविषयी बोलताना चाणक्य नेहमी धर्मयुद्धाविषयी म्हणजे नैतिक पायावर आधारित युद्धाविषयी सांगतो. धर्मयुद्ध म्हणजे असे युद्ध जे फक्त सत्तेसाठी लढले जात नाही तर सत्यासाठी लढले जाते, त्यामुळे भारतीय संस्कृतीत धर्माला मोठ्या प्रमाणात महत्त्व देण्यात आले आहे; परंतु हे

जग विविधरंगी आहे. धर्माचा अर्थ कर्तव्य असादेखील होतो. एखाद्या सैनिकासाठी युद्धामध्ये लढणे हे त्याचे कर्तव्य आहे.

म्हणूनच आपण युद्धाकडे धर्माच्या भूमिकेतून पाहतो तेव्हा आपल्याला निराळाच दृष्टिकोन मिळतो. युद्धातील विजेता आणि ज्याची बाजू योग्य आहे असा, अशा दोघांचाही विचार यात केला जातो म्हणूनच महाभारतालासुद्धा धर्मयुद्ध म्हटले जाते. हे युद्ध फक्त हस्तिनापूर जिंकण्यासाठी नव्हते, तर सत्याच्या बाजूने असलेल्यांसाठी हे युद्ध होते. युद्धामध्ये जी बाजू नैतिकदृष्ट्या योग्य असते, ती एखाद्या विशाल सैन्यालाही, त्याच्या आकाराची किंवा सामर्थ्याची पर्वा न करता हरवू शकते.

धर्माच्या दृष्टिकोनातून केलेले बुद्धिबळाचे विश्लेषण एक सूक्ष्म अंतर्दृष्टी देऊन जाते.

सैनिक (प्यादी) नेहमीच समोर असतात.

बुद्धिबळाच्या खेळाचा एक रंजक पैलू म्हणजे एका ओळीत नीट मांडलेले सैनिक नेहमी गटाचे नेतृत्व करतात. यामुळे त्यांना देण्यात आलेला आदर दिसून येतो. सैनिक हा राजा इतका शक्तिशाली नसतो तरीदेखील तो सैन्याचे नेतृत्व करतो. अनेक वेळा आपल्याला असे दिसून येते की, नेतेच सर्व प्रसिद्धी मिळवतात; परंतु वास्तवात सर्वाधिक प्रयत्न हे सर्वसामान्य लोकच करतात.

युद्धामधील सैनिकाला युद्धाबद्दल मत व्यक्त करण्याचा हक्क असतोच असे नाही; परंतु बुद्धिबळाच्या खेळात हीच गोष्ट उलट असते. हाच सैनिक लष्कराचा चेहरा बनतो. त्यालाच संपूर्ण श्रेय देण्यात येते आणि तो युद्धभूमीवर सैन्याचे नेतृत्व करतो.

मर्यादित प्रमाणात असली तरी सैनिकांना त्यांची स्वतःची अशी बलस्थाने असतात. ते एका वेळी एकच घर पुढे जाऊ शकतात. तरीदेखील हे बलस्थान इतके महत्त्वाचे असते की, यामुळे त्यांना कोणालाही ठार मारण्याची शक्ती प्राप्त होते. एक लहानसा सैनिक त्याची शक्ती दुसऱ्या कोणत्याही शक्तिशाली माणसाविरुद्ध वापरू शकतो. तो अखेरची मात देण्याची योजना (चेक मेट)सुद्धा आखू शकतो आणि शत्रूराजाचा पराभव करू शकतो.

या खेळातील चित्तवेधक गोष्ट म्हणजे सैनिक (प्यादे) बुद्धिबळ-पटाच्या दुसऱ्या बाजूस पोहोचू शकला, तर तो आपल्या सैन्यासाठी एक आयुष्य पुनरुज्जीवित करू शकतो म्हणून संघातील सर्वांत क्षुद्र खेळाडूकडे सर्वाधिक शक्तिशाली खेळाडू होण्याची ताकद असते.

सर्वांत महत्त्वाचे म्हणजे प्यादेच पहिली चाल करून नेहमी खेळाला सुरुवात करते. होय. युद्ध जाहीर होते आणि बुद्धिबळाचा खेळ सुरू होतो, तेव्हा पहिली चाल खेळणारा राजा नसतो. ही चाल प्यादेच करते आणि युद्धाला सुरुवात होते.

मंत्री हा राजापेक्षा अधिक शक्तिशाली असतो

हा या खेळातील आणखी एक सुरस पैलू! या खेळात राजा नाही तर मंत्री (वजीर) हाच सर्वशक्तिमान असतो. राजा हा प्याद्यासारखाच एका वेळी फक्त एकच घर पुढे जाऊ शकतो. राजाला फक्त एक फायदा अधिक असतो, तो म्हणजे तो पटावर तिरकी चाल चालू शकतो तसेच पार करून आलेल्या घरांच्या मार्गावरून परत जाऊ शकतो.

या खेळात मंत्री सर्वांत शक्तिशाली असतो. त्याला काही जण राणी असेसुद्धा संबोधतात. केवळ मंत्र्यालाच संपूर्ण पटावर वेड्यावाकड्या चाली खेळता येतात. तिरक्या दिशेत एक घर पुढे किंवा अनेक घरं पुढे, मागील बाजूस किंवा पुढील बाजूस तो कसाही हालू शकतो. याच प्रकारची शक्ती युद्धामध्येदेखील मंत्र्याला दिलेली असते. वास्तविक मंत्री हा सेनापती असतो आणि युद्धातील खरा योद्धा असतो.

बुद्धिबळाच्या पटावर अधिकाराने दुसऱ्या क्रमांकावर असलेल्या राणीने खेळलेल्या चाली, या केवळ हल्ला करण्यासाठी नसून राजा आणि इतर घटकांना सुरक्षित ठेवण्यासाठीसुद्धा असतात.

प्रत्येकाची ताकद वेगवेगळी असते

या खेळातील कोणतीच सोंगटी शक्तिहीन नसते. प्रत्येकाला निरनिराळ्या चाली खेळण्याची शक्ती मिळालेली असते. ज्याचे-त्याचे पद आणि भूमिका यांनुसार त्यांना त्यांच्या स्वतंत्र चाली खेळता येतात आणि स्वतंत्रपणे पावले

उचलता येतात. कोणीही स्वस्थ बसून राहत नाही. सर्व सोंगट्या दिलेल्या कालावधीत एकाच वेळी एकमेकांबरोबर खेळतात.

बहुतांशी खेळांमध्ये राखीव खेळाडू असतात. तथापि, बुद्धिबळाच्या खेळात असे कोणीच राखीव नसते. सर्व योद्धे सक्रियतेने खेळतात आणि प्रत्येक जण खेळामध्ये सहभागी असतो.

बुद्धिबळातील घोड्याची चाल थोडी वेगळ्या प्रकारची असते (तो एकावेळी अडीच घरे इंग्रजी 'L' अक्षराच्या आकारात पुढे जातो). हत्ती फक्त सरळ चाल खेळतो. उंट फक्त तिरक्या दिशेत चालू शकतो. कोणत्याही एका बाजूचे सामर्थ्य हे या सर्वांच्या निरनिराळ्या चाली एकत्र करून निर्माण होते.

दोन्ही खेळाडूंसाठी नियम सारखेच

बुद्धिबळाच्या खेळात एकमेकांविरुद्ध खेळणारे दोन खेळाडू असतात आणि प्रत्येकाकडे बुद्धिबळाच्या पटावर उभे केलेले एक सैन्य असते. दोन्ही खेळाडूंसाठी नियम सारखेच असतात. यातील एक जण पूर्वीचा विजेता असला तरीही नियम बदलत नाहीत आणि त्यांना एकाच पातळीवर खेळाची सुरुवात करावी लागते.

आयुष्यामध्येदेखील सर्वांना सारखीच संधी मिळते. एक व्यक्ती दुसऱ्या व्यक्तीपेक्षा अधिक चांगली असते, असे नाही. आपण या संधींचा उपयोग आपल्या फायद्यासाठी कशा प्रकारे करून घेतो, त्यानुसार गोष्टी बदलतात. म्हणूनच आयुष्यात काळजीपूर्वक विचार करून मगच आपली पुढील वाटचाल ठरवण्यात शहाणपण असते.

चेकमेट (अखेरची मात)

बुद्धिबळामध्ये राजाला कधीही मारता येत नाही.

यावरून हेच दिसून येते की, प्रत्यक्ष युद्धाप्रमाणे बुद्धिबळाच्या खेळातदेखील दोन्ही बाजूच्या राजांची प्रतिष्ठा जपण्यास महत्त्व दिले जाते. शत्रूचा पराभव करण्यासाठी नेत्याला ठार करावेच लागते असे नाही. शत्रूचा पराभव केल्यानंतरसुद्धा आपण त्याचा आदर केला पाहिजे.

जीवनात प्रत्येक ठिकाणी स्पर्धेला तोंड द्यावे लागते; परंतु आपण आणि आपला शत्रू एकाच क्षेत्रात कार्यरत असलो तरीही त्याचा अनादर करता कामा नये; पण आपला शत्रूच आपला पराभव करण्यासाठी बाहेर पडला तर? तर मात्र आपण स्पर्धा जिंकली पाहिजे; परंतु दुसऱ्या संघाच्या कप्तानाला शेवटपर्यंत योग्य तो आदर दिला पाहिजे. यालाच खिलाडूवृत्ती म्हणतात आणि यातूनच खेळाचा अर्थ प्रतिबिंबित होतो, यामुळेच याला धर्मयुद्ध असेही म्हणतात.

अलेक्झांडरने पोरसचा पराभव केला. त्यानंतर त्याला या विजयी राजा समोर उभे करण्यात आले. अलेक्झांडरने त्यालाच विचारले, 'आता तुला कशा पद्धतीने वागवावे?'

भारतीय मूल्यव्यवस्थेच्या दृष्टिकोनातून पोरस म्हणाला, 'एका राजाने दुसऱ्या राजाला जसे वागवले पाहिजे, अगदी त्याच पद्धतीने.' थोडा वेळ अलेक्झांडरला काहीच कळले नाही. काही वेळाने या वाक्याचा संदर्भ त्याला समजला. पराभूत राजालासुद्धा राजा म्हणूनच आदरपूर्वक वागणूक मिळाली पाहिजे, असा भारतीय युद्धातला नियम आहे.

चाणक्याला प्रत्येकाला जे शिकवायचे होते, त्याचे संपूर्ण दर्शन बुद्धिबळाचा खेळ घडवतो.

७

प्राचीन युद्धगुरू - चाणक्याचे शिक्षक

।।ॐ।। शुक्र आणि बृहस्पति यांना नमन

– *अर्थशास्त्र*, प्रारंभीची प्रार्थना

एक चांगला विद्यार्थी असणे म्हणजे वर्गात नेहमी पहिलाच नंबर मिळवणे, आपल्या वाक्चातुर्याने सर्वांना प्रभावित करणे आणि शैक्षणिकदृष्ट्या हुशार असणे आवश्यक असतेच, असे काही नाही. होय! या सगळ्या गोष्टींमुळे नक्कीच अधिक फायदे मिळतात; परंतु शिक्षकाच्या भूमिकेतून बघता, शिक्षणाकडे बघण्याचा ज्याचा दृष्टिकोन योग्य आहे, असा विद्यार्थी म्हणजे चांगला विद्यार्थी.

वरवर बघता एखादा विद्यार्थी अभ्यासात संघर्ष करताना दिसतो; परंतु त्याने योग्य दृष्टिकोन ठेवला, तर कालानुरूप त्यालासुद्धा शिकवलेल्या गोष्टी चांगल्या प्रकारे समजतात, असे लक्षात येते. ज्ञानाला अनेक सूक्ष्म आणि बारीक पैलूसुद्धा असतात. ज्ञान म्हणजे केवळ स्मरणशक्ती नव्हे किंवा विद्यार्थ्याला अधिक चांगली बनवणारी धारणादेखील नव्हे. किंबहुना, ज्ञान म्हणजे अनेकांच्या आकलना पलीकडे असणारी एखाद्या विषयातील सखोल दृष्टी.

चांगले विद्यार्थी हे सुरुवातीला सामान्य किंवा निस्तेजही असू शकतात. तथापि, त्यांचा प्रामाणिकपणा आणि निष्ठा यावरून त्यांची ओळख ठरते. ते प्रयत्नांची पराकाष्ठा करतात. निरनिराळ्या दृष्टिकोनांचे विश्लेषण करतात. विद्यार्थ्यांच्या परिश्रमाची आणि विनम्रतेची शिक्षकांकडून नोंद घेण्यात येते, तेव्हा ते त्यांना वेगळ्या पद्धतीने प्रशिक्षण देतात.

ससा आणि कासव यांची एक जुनी गोष्ट आहे. चिकाटीने केलेले काम आणि आपल्या कामाप्रती निष्ठा यातून निर्माण होणारे सूत्र निश्चितच यशस्वी ठरते. प्रामाणिक विद्यार्थी सुरुवातीला संथ गतीने परंतु सातत्याने शिकत राहतात आणि अजिबात थांबत नाहीत. याउलट ज्यांना सुरुवातीला खूप आत्मविश्वास असतो, असे चटपटीत विद्यार्थी कालानुरूप निस्तेज ठरू शकतात. केवळ आरंभ महत्त्वाचा नसतो, तर शेवटाकडे नेणारी प्रक्रियाही तेवढीच महत्त्वाची असते.

एक चांगला शिक्षक नेहमीच सर्वप्रथम चांगला विद्यार्थी असतो.

चाणक्य हा असाच एक श्रेष्ठ विद्यार्थी होता. पुढे जाऊन त्याने स्वतःला शिक्षक म्हणून घडवले. असा शिक्षक ज्याने भारतास आजवर ज्ञात असणाऱ्या 'सर्वोत्तम शिक्षकांपैकी एक' अशी स्वतःची ओळख निर्माण केली. आधीच्या पिढीतील युद्धगुरूंकडून चाणक्याने युद्धाचे सखोल धडे घेतले.

सर्वोत्तम विद्यार्थी होणे

आपल्याला एक चांगला विद्यार्थी व्हायचे आहे, असा दृष्टिकोन प्रथम मनात बाळगणे हे सर्वांत महत्त्वाचे असते. सर्वोत्तम होण्याच्या प्रक्रियेत एक पाऊल पुढे टाकण्यासाठी हे अत्यंत गरजेचे असते. सर्वोत्तम होण्याचे ध्येय उराशी बाळगून जगण्याची गरज नसते, तर त्याऐवजी फक्त एक चांगला विद्यार्थी होण्याचा दीर्घकाळ सराव करण्याची आवश्यक असते. योग्य वेळ येताच याचा परिणाम आपल्याला दिसून येईल.

युद्ध या विषयाकडे आपण पाहतो, तेव्हा चाणक्याच्या आयुष्याशी त्याचा संबंध नेमका कुठे जोडता येतो? त्याच्या जीवनाविषयी वाचल्यावर

आणि अभ्यास केल्यावर, अलेक्झांडर विरुद्ध जे युद्ध छेडण्यात आले किंवा धनानंदाला ज्या प्रकारे पदच्युत करण्यात आले, त्या ठिकाणी हा संबंध आपल्याला दिसून येतो. तथापि, हे प्रसंग त्याच्या आयुष्यातील खूपच नंतरच्या टप्प्यात घडून आले. या टप्प्यावर तो आपल्या शिक्षणाचा खऱ्या अर्थाने उपयोग करत होता.

याचे मूळ मात्र आपल्याला तो तक्षशिलेत विद्यार्थी होता, त्या काळातच सापडेल. याच काळात पुढे तो शिक्षकी पेशाकडे वळला. इथेच त्याची युद्धविषयक सिद्धान्तांशी आणि युद्धाच्या विविध पद्धतींशी ओळख झाली. तक्षशिलेच्या गुरुकुलामध्येच, युद्ध पद्धती शिकवणाऱ्या निरनिराळ्या शिक्षकांशी त्याचा परिचय झाला. त्यांच्यामुळे त्याला लष्करी शास्त्र या क्षेत्रात खोलवर रुची निर्माण झाली आणि हळूहळू त्याने या विषयाच्या सूक्ष्म अध्ययनाला सुरुवात केली. यथावकाश या विशिष्ट क्षेत्रात तो तज्ज्ञ बनला. प्रथम युद्धविषयक सिद्धान्तांमध्ये तो पारंगत झाला आणि योग्य वेळ येताच आपल्या ज्ञानाचा उपयोग त्याने प्रत्यक्ष युद्धभूमीसाठी केला.

आजदेखील अनेक चांगल्या लष्करी तज्ज्ञांच्या आयुष्यात हेच नियम उपयोगी पडतात. सैन्यदलात जेव्हा भरती होते, तेव्हा त्या व्यक्तीला प्रशिक्षण दिले जाते. या प्रशिक्षणात सिद्धान्त आणि त्यांचा प्रत्यक्षातील वापर हे दोन्ही पैलू समाविष्ट असतात. एखादा योद्धा घडवण्याच्या प्रक्रियेचा हा आरंभबिंदू असतो. चांगले अध्यापक किंवा प्रशिक्षक एखाद्याला त्या विषयातील सूक्ष्म ज्ञान मिळवण्यास मदत करतात.

आधुनिक काळातील लष्करी अधिकाऱ्यांना आपापल्या संस्थांमध्ये, पहिल्यांदा युद्धविषयक निरनिराळी तत्त्वे आणि सिद्धान्त यांची ओळख करून देण्यात येते. प्रथम ते युद्ध शास्त्राचे चांगले विद्यार्थी असतात. नंतर युद्धाच्या वेळी हीच तत्त्वे आणि सिद्धान्त आपापल्या क्षेत्रांत आचरणात आणून हे अधिकारी यशस्वी होतात.

लष्करी रणनीती आणि लष्करी शास्त्र या क्षेत्रांमधील ज्ञानावर आधारित साहित्य मुबलक प्रमाणात उपलब्ध आहे. या विषयावर अनेक नियतकालिके, चलच्चित्रे आणि अभ्यासक्रम उपलब्ध आहेत. युद्धकला या विषयात सखोल अध्ययन करण्यासाठी उपलब्ध साहित्याची अजिबात वानवा नाही.

चाणक्याने उल्लेखिलेले निरनिराळे युद्ध गुरू

'ज्ञानप्राप्तीच्या प्रक्रियेला फक्त एका व्यक्तीपासून सुरुवात होत नाही' हे प्राचीन भारतीय शिक्षण पद्धतीचे एक सर्वोत्तम वैशिष्ट्य होते, त्यामुळे एखाद्या विशिष्ट विषयाच्या मूळ शिक्षकाला शोधून काढणे अवघड असते. ज्ञानाचा प्रवाह सतत वाहता असतो आणि प्रत्येक पिढी त्या त्या क्षेत्रात आपल्या संशोधनाने, विचारमंथनाने आणि योगदानाने भर टाकत राहते.

आपल्या प्राचीन शिक्षण पद्धतीत एक प्रक्रिया सांगितली आहे, तिला 'शास्त्रार्थ' असे म्हणतात. याचा अर्थ शास्त्रांवर किंवा धर्मग्रंथांवर चर्चा आणि वादविवाद घडवून आणणे. विद्वान मंडळी एकत्रित येऊन एखाद्या विषयाच्या विविध पैलूंचा आणि आयामांचा विचार करतात. हे लोक आपले अनुभव सांगतात, मते मांडतात. ते आपण शिकलेली विविध शास्त्रवचनेदेखील उद्धृत करतात. या प्रगल्भ चर्चा हा भारतीय साहित्याच्या संपूर्ण धर्मसूत्राचा अविभाज्य भाग आहे.

या चर्चा अनेक दिवस, आठवडे, महिने, वर्षं आणि कधी कधी तर पिढ्यान्पिढ्या चालू असतात. केवळ काय चूक आणि काय बरोबर हे शोधणे हा या चर्चांचा उद्देश नसतो तर एखाद्या विषयाचे अवलोकन करत त्याचा एखादा नवीन पैलू शोधून काढण्यावर यामध्ये लक्ष केंद्रित करण्यात येते.

पूर्वीच्या काळी विद्वान लोकांना एकमेकांबद्दल आदर होता. प्रत्येक विद्वान हा त्याने किंवा तिने निवडलेल्या क्षेत्रात सर्वोत्कृष्ट कामगिरी करत असे. असा विद्वान जेव्हा एखादे विधान करत असे, तेव्हा ते अत्यंत अर्थपूर्ण असे. दुसऱ्या विद्वानाने त्याविरुद्ध विधान केले, तर त्याला निश्चित काहीतरी कारण असे. विद्वानांच्या या खंडन-मंडनांचं तरुण विद्यार्थी निरीक्षण करत. आपल्या भारतीय शास्त्रांमध्ये, 'न्याय' नावाची एक तात्त्विक पद्धती आहे. न्याय याचा अर्थ तर्क. चाणक्याने हाच तर्काचा पाया वापरला आणि त्याला 'आन्वीक्षिकी' म्हटले.

अर्थशास्त्र लिहिताना ही पद्धत वादविवाद (तंत्रयुक्ती) आणि चर्चेसाठी *(वाद आणि संवाद)* वापरण्यात आली. अर्थशास्त्राच्या पूर्वीच्या शिक्षकांचे निरनिराळे दृष्टिकोन युद्धकलेची चर्चा करताना पुढे आणले गेले.

पूर्वीच्या काळातल्या विद्वानांची मते म्हणजेच 'पूर्वपक्ष' आणि आत्ताच्या काळात विद्वान म्हणून ओळखले जाणाऱ्यांची मते म्हणजेच 'उत्तर

पक्ष' असे चर्चेच्या प्रक्रियेचे दोन भाग असत. एखाद्याची मते आधीच्या शिक्षकांशी जुळत नसली तरी तो त्यांची मते ऐकून घेत असे आणि स्वतःचा दृष्टिकोन सांगण्यापूर्वी त्यावर सविस्तर चर्चा करत असे. त्याच वेळी ज्येष्ठ शिक्षकही आपल्या दृष्टिकोन न स्वीकारणाऱ्या तरुण विद्वानांचा मान ठेवत.

अर्थशास्त्राच्या प्रारंभीच्या वचनामध्ये चाणक्याने, युद्धविद्येच्या पूर्वीच्या गुरूंचा आदर केलेला आढळतो.

युद्धशास्त्रातील आणि युद्धकलेतील नामवंत गुरूंना ग्रंथ समर्पित करून आणि त्यांच्या चरणी प्रार्थना करून चाणक्य *अर्थशास्त्राची* सुरुवात करतो.

'ॐ नमः शुक्र बृहस्पतीभ्यम्।'
(ॐ... शुक्र आणि बृहस्पती या दोघांना नमस्कार असो.)

शुक्र आणि बृहस्पती हे युद्धकला आणि युद्धकौशल्यातील अत्यंत निष्ठावंत गुरू होते. 'शुक्र' म्हणजेच शुक्राचार्य या नावाने संबोधले जाणारे राक्षसांचे गुरू, तर 'बृहस्पती' हे देवांचे गुरू होते.

इथे स्पष्ट विरोधाभास आहे. आपल्या पुराणांमध्ये (प्राचीन भारतीय साहित्याचा असा भाग ज्यामध्ये धर्मशास्त्रावर आधारित पौराणिक कथांचा संपूर्ण पट उलगडला आहे) आपल्याला राजांच्या आणि संतांच्या अनेक कथा आढळतात. देव आणि राक्षस यांच्यातील परस्पर लढायांच्या कथादेखील यामध्ये आहेत. देवांच्या आणि राक्षसांच्या लढाईमध्ये त्यांना त्यांचे गुरू होते. युद्धक्षेत्रातील जाणकार आणि तज्ज्ञ असणारे हे गुरू होते, त्यामुळेच राक्षसांना शुक्राचार्यांनी मार्गदर्शन केले, तर देवांना बृहस्पतीने मार्गदर्शन केले.

हे दोन श्रेष्ठ शिक्षक लढाईमध्ये रणनीतीकाराची भूमिकादेखील बजावत. त्यांचे स्वतःचे विद्यार्थी परस्परांशी लढत होते. स्वाभाविकपणे आपल्याच विद्यार्थ्यांचा विजय व्हावा, असे दोघांनाही वाटे म्हणूनच खरंतर हे दोन शिक्षकांच्या मनांचे युद्ध होते.

तुम्ही युद्धकलेचे विद्यार्थी असाल, तर तुम्ही कोणाचा अभ्यास कराल देवांच्या गुरूंचा की राक्षसांच्या गुरूंचा? गमतीशीर बाब म्हणजे बहुतांश वेळेला राक्षसच हरले आणि देव नेहमी जिंकत राहिले. ही हार–जीत

दीर्घकाळ चालू राहिली म्हणून सातत्याने विजयी ठरणाऱ्या गुरूंचा म्हणजेच बृहस्पतीचा अभ्यास करणे अधिक चांगले नाही का?

पण चाणक्याला असे वाटत नव्हते. तो प्रथम राक्षसांच्या गुरूंना प्रणाम करत असे आणि मग देवांच्या गुरूंना. तो प्रथम हरणाऱ्या बाजूचा सन्मान करत असे आणि मग जिंकणाऱ्यांचा.

एका संस्कृत श्लोकात सांगितले आहे : 'दुर्जन प्रथमं वन्दे, सज्जनं तदनन्तरम्।'

याचा अर्थ, 'दुर्जनांना (दुष्ट व्यक्तीला) प्रथम वंदन करावे आणि सज्जनांना (चांगल्या व्यक्तीला) त्यानंतर.' थोडक्यात, दोघांनाही प्रणाम करावा आणि सन्मान द्यावा. युद्धकलेच्या विद्यार्थ्यांसाठी पुढे आपल्या कृतींचे संभाव्य परिणाम आणि युद्धकलेतील महत्त्वाचे पाठ सांगितले आहेत.

१. आपण सुरुवातीलाच एखाद्याविषयी काही मत बनवू नये. त्या व्यक्तीला मोकळ्या मनाने सामोरे जावे. एखादी निश्चित मनोभूमिका आणि मते बनवून जो रणांगणात उतरतो, त्याला फारसे पर्याय उपलब्ध होत नाहीत. मोकळ्या मनाचा माणूस लवचीक असतो आणि शिकण्यास तयार असतो. आपण उकृष्ट आणि निकृष्ट अशा दोन्ही गोष्टींमधून शिकण्याची अत्यंत आवश्यकता असते; परंतु महत्त्वाचा ठरतो तो, शिकत राहण्याचा दृष्टिकोन.
२. वाईट माणसात काहीतरी चांगले असते आणि चांगल्या माणसामध्येदेखील काही दोष असतात. कोण चांगले - कोण वाईट किंवा कोण चूक - कोण बरोबर हे ठरवताना आपण एखादी बाजू घेणे नक्कीच आवश्यक आहे; परंतु आपले मत पक्के करण्यापूर्वी आपण दोन्ही बाजूंचे म्हणणे नीट ऐकले पाहिजे. कायद्याच्या दरबारातसुद्धा न्यायाधीश दोन्ही बाजू ऐकल्याखेरीज कधीच न्यायनिवाडा करत नाहीत. कायद्याचा दरबार हा वादविवाद आणि चर्चेसाठी असतो.
३. अशाच प्रकारे आपण युद्धाच्या इतर सर्व पैलूंकडे पाहिले पाहिजे आणि त्यांचा विचार केला पाहिजे. कोण चूक किंवा कोण बरोबर या गोष्टींविषयी मत बनवण्यापूर्वी सर्व बाजूंचे म्हणणे ऐकण्याची

आपली तयारी असली पाहिजे. कोणत्याही परिस्थितीत सर्व गोष्टींचा विचार केल्यानंतरच अंतिम निर्णय मनामध्ये घेतला पाहिजे.

४. दुष्ट प्रवृत्तीची माणसे नेहमीच चांगल्या प्रवृत्तीच्या माणसांच्या दोन पाऊले पुढे असतात. ही माणसे वेगळ्या प्रकारे आणि काळाच्या पुढचा विचार करतात. त्यांचा बराचसा वेळ निरनिराळी गणिते मांडण्यात जातो. ते सतत विविध पर्यायांचा आणि रणनीतीचा विचार करतात, त्यामुळे तुम्ही दुष्ट माणसाच्या मनात प्रवेश केला, तर तिथे उपलब्ध असणाऱ्या अनेक शक्यता पाहणे खरोखरच रंजक ठरते. युद्धात योग्य व्यक्तींकडून दुसरा दृष्टिकोन लक्षात घेण्याची संधी निसटू शकते; परंतु चाणक्य हा युद्ध कलेचा उत्तम विद्यार्थी असल्यामुळे त्याने अशी कोणतीही संधी गमावली नाही.

कौटिल्याच्या *अर्थशास्त्रात* कमीत कमी चौदा अन्य अर्थशास्त्रांचा उल्लेख करण्यात आला आहे. या ग्रंथात पूर्वी प्रमाण मानल्या गेलेल्या अनेक तज्ज्ञांचा आणि युद्ध रणनीतीवरील त्यांच्या मतांचा संदर्भ देण्यात आला आहे. या ग्रंथात एकूण ११२ ठिकाणी अशा मतांची लिखित स्वरूपात जोड दिलेली आहे.

अर्थशास्त्र आणि युद्धकला यांचे शिक्षण देणाऱ्या अनेक विचारधारा होत्या. चाणक्याने आपल्या *अर्थशास्त्र* या ग्रंथात यापैकी एकूण पाच वैचारिक परंपरांवर चर्चा केली आहे.

१. बार्हस्पत्य
२. औशनस
३. मानव
४. पाराशर
५. आंभीय

बार्हस्पत्यांचा उल्लेख सहा ठिकाणी आहे, तर औशनसांचा सात ठिकाणी, मानवांचा पाच ठिकाणी, पाराशरांचा सहा ठिकाणी आणि आंभीयांचा एका ठिकाणी उल्लेख करण्यात आला आहे.

सहा स्वतंत्र शिक्षकांचा उल्लेख आहे आणि त्यांची मते चाणक्याने त्याच्या *अर्थशास्त्र* या ग्रंथात २८ ठिकाणी उद्‌धृत केली आहेत.

१. भारद्वाज (सात वेळा)
२. विशालाक्ष (सहा वेळा)
३. पिशुन (पाच वेळा)
४. कौणपदंत (चार वेळा)
५. वातव्याधी (पाच वेळा)
६. बाहुदन्तीपुत्र (एक वेळा)

इतर प्रकरणांमध्ये शिक्षकांचा उल्लेख केलेला नाही; परंतु तेथे 'आचार्य' अशी सर्वसामान्य संज्ञा वापरली आहे. एकोणसाठ प्रकरणांमध्ये, जिथे शिक्षकांच्या नामनिर्देशासह मते मांडण्यात आली आहेत, तिथे बहुतांश ठिकाणी त्यांचा पूर्व-अधिकारी म्हणून उल्लेख करण्यात आला आहे. दोन वेळेला आपल्याला 'एके'सारखे शब्द बघायला मिळतात. या शब्दाचा अर्थ म्हणजे 'काही' किंवा 'एक' आणि 'अपरे' म्हणजे 'इतर'.

या प्रत्येक युद्धगुरूविषयी जाणून घेण्यात रस असणाऱ्या विद्यार्थ्यांना *अर्थशास्त्राचा* सखोल अभ्यास करण्यास सुचवण्यात येते. *अर्थशास्त्रावरील* सर्वोत्कृष्ट भाष्यांपैकी एक म्हणजे श्री. र. पं. कंगले यांचे *अर्थशास्त्रावरील* भाष्य. श्री. र. पं. कंगले मुंबई विद्यापीठात संस्कृतचे प्राध्यापक होते आणि त्यांनी *अर्थशास्त्रावर* भाष्य करणाऱ्या आपल्या पुस्तकाचे इंग्रजीत भाषांतरसुद्धा केले आहे. *कौटिल्याज् अर्थशास्त्र :* अ स्टडी बाय आर. पी. कंगले हे पुस्तक इंडोलॉजी विषयावरील पुस्तकांच्या कोणत्याही दुकानात सहज मिळते (भारतीय परंपरेतील जाणत्या ज्ञानासंबंधीचा अभ्यास आणि संशोधन म्हणजे इंडोलॉजी. संपूर्ण जगात अभ्यासाची ही अत्यंत प्रतिष्ठित शाखा असून योग, आयुर्वेद आणि अशाच अन्य विषयांवरील अभ्यासाचादेखील यात समावेश होतो.)

श्री. र. पं. कंगले यांच्या व्यतिरिक्त '*अर्थशास्त्राचा* अनुवाद आणि त्यावरील भाष्ये' या क्षेत्रात काम करणारे इतर विद्वानही आहेत. श्यामशास्त्री (ज्यांनी चाणक्याने लिहिलेली *अर्थशास्त्राची* मूळ प्रत १९०४ साली म्हैसूर

विद्यापीठाच्या ओरिएंटल रिसर्च इन्स्टिटट्यूटमधून शोधून काढली) हे त्यांच्यापैकीच एक होत.

ज्यांनी *अर्थशास्त्राचा* सखोल अभ्यास केला आणि चाणक्याचे काम जिवंत ठेवले, तसेच येणाऱ्या पिढ्यांसाठी एक संपन्न वारसा म्हणून ते उपलब्ध करून दिले, त्या विद्वानांकडे लक्ष वेधून घेण्याचा हेतू ठेवूनच त्यांचा इथे उल्लेख केलेला आहे.

महाभारत आणि युद्धकला

भारताचा परिचय करून घेण्यासाठी महाभारताच्या अभ्यासाची आवश्यकता आहे. महाभारताला मानवी इतिहासातील आत्तापर्यंतचे सर्वांत मोठे महाकाव्य मानले जाते. या ग्रंथात एक लाख श्लोक आहेत आणि जगातला प्रत्येक विषय त्यामध्ये सामावलेला आहे.

प्रखर बुद्धिमत्तेच्या वेद व्यासांनी महाभारताची रचना केली. जीवनाच्या अत्यंत महान उद्देशाची पूर्तता करण्यासाठी महर्षी व्यासांचा जन्म झाला होता. त्यांची जणू नियतीनेच निवड केली होती. त्यांच्या विद्वत्तापूर्ण कामगिरीमुळे ते आख्यायिकाच बनून राहिले. वेदव्यास जवळ जवळ पाच हजार वर्षांपूर्वी होऊन गेले. ते एक श्रेष्ठ विद्वान, प्रतिष्ठित संत, धर्मप्रचारक आणि सर्व गुरूंचे गुरू होते. अनेकांना माहित नसेल पण भारतीय पंचांगात, अत्यंत महत्त्वाच्या दिवसांपैकी एक दिवस म्हणजे गुरुपौर्णिमा! या दिवशी भारतीय परंपरेतील सर्व गुरूंचे स्मरण करतात. हा दिवस म्हणजे प्रत्यक्षात महर्षी वेदव्यास यांचा जन्मदिवस होय.

वेदव्यासांचे साहित्यातील कार्य अलौकिक आहे. त्यांनी चार वेदांचे (ऋग्वेद, सामवेद, यजुर्वेद आणि अथर्ववेद) संकलन केले, अठरा पुराणे (विष्णुपुराण, गरुड पुराण, शिवपुराण आणि इतरही) लिहिली, तसेच भागवत महापुराणदेखील लिहिले. त्यांनी उपनिषदांवर आणि ब्रह्मसूत्रांवर भाष्येसुद्धा लिहिली.

तथापि, त्यांच्या सर्व कार्याचा शिरोमणी म्हणजे महाभारत; एक संस्मरणीय आणि सर्व प्रमाणांवर सिद्ध झालेले महान कार्य. हा ग्रंथ इतका सर्वसमावेशक आहे की, आपल्याला दुसरे कोणतेही पुस्तक वाचण्याची गरज उरत नाही. 'जे महाभारतात नाही, ते भारतात कुठेच नाही' अशी एक

म्हण आहे. भारताच्या पौराणिक इतिहासाच्या विस्तृत घटनाक्रमाचा यात समावेश आहे. यात अठरा दिवसांचे युद्ध तसेच कौरव आणि पांडव यांच्या जीवनातील सर्व घटनांचा समावेश आहे. रणांगणावरील युद्धनीतींशिवाय अगदी शस्त्रास्त्रे आणि अर्जुनासारख्या एकमेवाद्वितीय योद्ध्याला प्रोत्साहित करण्यासाठी वापरलेल्या पद्धती या सर्वांचा सखोलपणे विचार करणारे हे महाकाव्य आहे.

चाणक्याने आपल्या *अर्थशास्त्र* या ग्रंथात ज्यांचा उल्लेख केला आहे ते युद्धकलेचे सर्व आचार्य महाभारतामध्येच आढळतात. या दोन्ही ग्रंथांच्या लेखनात अत्यंत स्पष्ट असा संबंध आहे. तथापि, महाभारताचा पट तुलनेने खूपच विशाल आहे.

महाभारत हे महाकाव्य युद्धाच्या गुंतागुंतीविषयी अंतर्दृष्टी देते. लष्करी युद्धाचे ज्ञान महाभारताच्या अभ्यासाशिवाय पूर्ण होत नाही. आता एक माझेच वैयक्तिक उदाहरण पाहू या.

मी नॅशनल डिफेन्स कॉलेज ऑफ इंडिया (NDC) इथे शिकवत असे. लष्करी शास्त्राच्या अभ्यासासाठी ही भारतातील एक उत्कृष्ट सरकारी संस्था आहे. निरनिराळ्या सैन्यदलांतील उत्तमोत्तम अधिकारी इथल्या अभ्यासक्रमांना उपस्थित राहतात. ही संस्था नवी दिल्ली येथे आहे. या अभ्यासक्रमात सहभागी होणारे लोक बुद्धिमान तसेच अनुभवी असतात. त्यांचे सरासरी वय पंचावन्न वर्षांच्या पुढे असते. युद्धकलेत ते पारंगत असतात तसेच युद्धाच्या नेतृत्वाचा गाढा अनुभव त्यांच्या पाठीशी असतो.

गमतीचा भाग म्हणजे मी NDCच्या सर्वांत तरुण शिक्षकांपैकी एक होतो; परंतु *अर्थशास्त्रातील* ज्ञानासमोर नतमस्तक असल्यामुळे मला भारतीय युद्धचातुर्यातील 'सर्वोत्तम' असे ज्ञान आपल्या देशातील 'सर्वोत्तम' अशा संरक्षण अधिकाऱ्यांना शिकवण्याच्या संधी मिळत गेल्या.

एकदा चाणक्य या विषयावर व्याख्यान सुरू असताना मी महाभारताचा आणि त्यात वापरण्यात आलेल्या रणनीतीचा उल्लेख केला. त्या वर्गात जवळ जवळ शंभर विद्यार्थी होते. शिवाय त्यातील अनेक जण लष्करी अभ्यासामध्ये डॉक्टरेट (पीएच.डी.) मिळवत होते.

महाभारताचा केलेला उल्लेख मी नंतर विसरूनही गेलो होतो. कारण, माझा मुख्य विषय अर्थशास्त्र आणि चाणक्य हा होता. अभ्यासक्रमाच्या

शेवटी, सर्व सहभागी विद्यार्थी आपापल्या कामाच्या ठिकाणी परतण्यापूर्वी त्यांना भेटण्यासाठी, त्या वर्गाला शिकवणाऱ्या सर्व शिक्षकांबरोबरच मलादेखील बोलावण्यात आले. लवकरच या विद्यार्थ्यांना बढती मिळणार होती आणि अधिक मोठ्या गटांचे नेतृत्व त्यांना करायला मिळणार होते. तसेच लष्करातील, नौ-दलातील, वायुदलातील, निमलष्करी दलांतील अधिक मोठ्या जबाबदाऱ्या त्यांच्या खांद्यावर पडणार होत्या.

त्या प्रसंगी या अभ्यासक्रमात सहभागी असणारा एक ज्येष्ठ अधिकारी माझ्याजवळ आला आणि म्हणाला, 'सर, या अभ्यासक्रमादरम्यान तुम्ही महाभारताशी ओळख करून दिली, त्याबद्दल मी तुमचा खूप आभारी आहे. तुम्ही गेल्यानंतर मी या महाकाव्याच्या अभ्यासाला सुरुवात केली. आजवर मी जगभर फिरलो, लष्करी शास्त्रातील सर्वोत्तम विद्वानांना भेटलो, तसेच त्यांचा अभ्यासही केला; परंतु जेव्हा मी महाभारत वाचायला सुरुवात केली तेव्हा त्यासमोर या साऱ्या गोष्टी फिक्या वाटू लागल्या. महाभारताने आपल्याला देऊ केलेले युद्धशास्त्र या विषयातील ज्ञान किती मोठे आहे, याची जाणीव मला झाली आणि दीर्घकाळापर्यंत आपण त्याविषयी अनभिज्ञ होतो याचे मला फार वाईट वाटते.'

त्या ज्येष्ठ अधिकाऱ्याला महाभारताची ओळख करून दिल्याबद्दल मला स्वतःचा अभिमान वाटला.

हा ज्येष्ठ अधिकारी पुढे सांगू लागला, 'माझ्या सेवेची शेवटची काही वर्षं शिल्लक आहेत. या उर्वरित कालावधीत भारतीय सैन्यदलांमध्ये महाभारताचा अभ्यास पुन्हा एकदा सुरू करण्याचा बंदोबस्त मी करेन. माझ्या उरलेल्या संपूर्ण आयुष्यात या ग्रंथाचा अभ्यास आणि या विषयावरील विद्यादान चालू ठेवेन असे मी वचन देतो.'

ही आहे महाभारताची ताकद!

काही प्रमुख युद्ध गुरू

विद्यार्थ्यांना युद्धविषयक प्रशिक्षण देणारे काही आदरणीय शिक्षक पुढीलप्रमाणे आहेत.

भारद्वाज

सर्व शिक्षकांमधील सर्वांत महत्त्वाचे शिक्षक म्हणजे भारद्वाज. *अर्थशास्त्रा*चे भाष्यकार सहसा त्यांना 'द्रोण' म्हणून ओळखतात. 'द्रोणाचार्य' म्हणून महाभारतात सर्वांना परिचित असणारे हे शिक्षक कौरवांचे आणि पांडवांचे गुरू होते. ही भावंडे, शंभर कौरव आणि पाच पांडव लहानपणी एकाच गुरुकुलात शिकत. ते गुरुकुल उच्चवर्णीयांचे होते, जिथे राजघराण्यातील मुले शिक्षण घेत.

परंतु द्रोणाचार्य हे धनुर्विद्येतील तसेच मंत्रशक्तीतील उत्कृष्ट शिक्षकांपैकी एक म्हणून गणले जात. ते एक आदरणीय गुरू होते. महाभारताच्या १२.१३८ या प्रकरणात राजा शत्रुतपाला भारद्वाजांनी राजकारण या विषयावर दिलेले संपूर्ण व्याख्यान आहे. भारद्वाज यांनाच 'कणिक' म्हणून ओळखले जाते.

महाभारतातच ज्याचे मूळ सापडते असा 'कणिक नीती' हा एक दुसरा ग्रंथच आहे. राजकारणातील जाणते ज्ञान आणि युद्धविषयक रणनीती या विषयांवरचे संदर्भ तपासण्यासाठी माहितीपुस्तिका म्हणून आजदेखील याचा उपयोग केला जातो.

विशालाक्ष

'विशालाक्ष' म्हणजे 'व्यापक दृष्टी असलेला' आणि महाभारतातील परंपरेनुसार साक्षात भगवान शंकर.

भगवान शंकर हे मूलतः सर्व गुरूंचे गुरू होते असे मानले जाते आणि म्हणूनच त्यांना 'आदिगुरू' किंवा 'प्रथम गुरू' असे संबोधण्यात येते. ते दंडनीती किंवा राज्यशास्त्र या विषयाचे शिक्षक होते आणि त्यांनी राज्यशास्त्र व युद्धकला याचे संपूर्ण ज्ञान मानवजातीला दिले.

या ज्ञानाचा एकंदर आवाका इतका विशाल होता की, मनुष्य जन्माच्या मर्यादा लक्षात घेता एखाद्याला एका आयुष्यात यातील सर्व काही शिकणे अशक्यच होते; पण भगवान शंकरांनी दहा हजार भागांत हे ज्ञान बसवण्यासाठी त्याचे लघुरूप केले. नंतर इंद्राने म्हणजेच देवांच्या राजाने ते अजून संक्षिप्त केले आणि पाच हजार भागांत बसवले. मग यथावकाश इतरांनी त्याचे स्वरूप अधिक लहान करून ते हजार भागांत बसवले. कौटिल्य किंवा चाणक्याने 'विशालाक्ष' यांच्यापासून चालत आलेले हेच

जाणते ज्ञान उपयोगात आणले आणि पुढे आपल्या स्वतःच्या *अर्थशास्त्र* या ग्रंथात त्यातील भागांची संख्या अजून कमी केली.

बाहुदन्तीपुत्र

बाहुदन्तीपुत्र हे इंद्राचे नाव आहे असे मानले जाते. वरवर पाहता, 'दात हेच ज्याची शस्त्रे आहेत त्याचा मुलगा' असा या नावाचा अर्थ होतो. वस्तुतः महाभारतात बहुदन्तक शास्त्राचा उल्लेख आहे. यात असे म्हटले आहे की, इंद्र स्वतःच 'बहुदन्त' किंवा 'ज्याला अनेक दात आहेत' असा म्हणून ओळखला जायचा.

इंद्र हा फक्त एकच असा देव नाही; हे नाव अधिकाराचं स्थान सूचित करतं. हे पद देवांच्या राजासाठी राखून ठेवलेले असते; परंतु कोणी एकच व्यक्ती या सिंहासनावर कायमस्वरूपी बसू शकत नाही म्हणून जेव्हा एक राजा निवृत्त होतो; दुसरा त्याची जागा घेतो; परंतु या राजाच्या (इंद्राच्या) जबाबदाऱ्यांपैकी सर्वांत महत्त्वाची जबाबदारी म्हणजे राज्यशास्त्राच्या ज्ञानाचे संचित पुढील पिढीकडे सोपवणे, त्यामुळे इथल्या राजांनी आपले जाणते ज्ञान आणि अनुभव यांचे दस्तऐवज बनवून ठेवायचे, अशी एक परंपराच भारतात अनुसरण्यात आली. राज्य कसे चालवावे याविषयीचे तत्त्वज्ञानाच या दस्तऐवजांमध्ये असायचे शिवाय चांगल्या प्रशासनाच्या व्यवस्था आणि प्रक्रिया यांचादेखील त्यात उल्लेख करण्यात येई. याचा उपयोग भावी राजांना होत असे. मग पुन्हा हे राजे त्यांचे अनुभव आणि जाणतेपणं पुढच्या पिढीकडे सोपवत असत.

पिशुन

भाष्यकारांच्या मतानुसार पिशुन म्हणजे नारदमुनी. या नावातून 'चुगल-खोर' असे सूचित होत असल्यामुळे कदाचित हा संदर्भ आला असावा.

पुराणांमध्ये अनेक लोकांनी उल्लेख केल्याप्रमाणे नारदमुनी हे एक अत्यंत प्रतिष्ठित विद्वान होते. ते एक उत्कृष्ट शिक्षक होते. ते कथा सांगायचे आणि आपल्या काव्यातून राजांना सुजाण बनवायचे. नारदमुनींच्या बाबतची सर्वोत्तम बाब म्हणजे त्यांना पृथ्वी, स्वर्ग आणि पाताळ अशा तीनही लोकांतील राजांनी स्वीकारलेले होते.

'अत्यंत खोडकर' अशीसुद्धा त्यांची ओळख आहे. कित्येक राजांमध्ये ते युद्ध लावून द्यायचे; परंतु त्यांच्या खोडकर कृतींमागचा हेतू हा फक्त लढाया लावून देणे हा नसून, राजांना नैतिक मूल्ये शिकवणे हा असायचा. प्रशासनातील आव्हानांना तोंड देताना आवश्यक ती पावले उचलणारा भगवान विष्णूचा राजदूत किंवा शांतिदूत म्हणून नारदमुनी यांना ओळखले जाते.

कौणपदंत

भाष्यकार म्हणतात, कौणपदंत म्हणून 'भीष्म' ओळखले जातात. महाभारताच्या शांतीपर्वामध्ये, शास्त्रांचे शिक्षक म्हणून भीष्माचे दर्शन घडवले जाते.

भीष्म महाभारतातील आदरणीय नायक होते. त्यांना सर्वकालीन महत्तम योद्ध्यांपैकी एक मानले गेले. ते कौरवांच्या बाजूने लढले तरीही मूलतः पांडवांची बाजू धर्माच्या दृष्टीने योग्य होती हे त्यांना ठाऊक होते; परंतु हस्तिनापूरचे संरक्षण करण्याच्या त्यांच्या प्रतिज्ञेला ते बांधील होते.

युद्धाच्या शेवटी भीष्मांनी पांडवांना जो उपदेश केला तो अजरामर आहे. राजनीतीतील जाणत्या ज्ञानाचा पाया तिथे रचला जातो. महाभारताच्या या भागात युद्धावर सर्वंकष चर्चा करण्यात आली आहे. पुढे या महाकाव्यातील या भागात भीष्मांनी समाजातील स्त्री वर्गाचा आदर याविषयावरदेखील मार्गदर्शन केले आहे.

वातव्याधी

भाष्यकार ज्याला उद्धव म्हणून ओळखतात असा वातव्याधी हा श्रीकृष्णाचा मंत्री होता.

कृष्णाचा लहानपणीचा मित्र उद्धव हा स्वतः एक शिक्षक होता. तो भक्ती (समर्पण) परंपरेतील विद्वान होता. तथापि, युद्धकलेतही तो तज्ज्ञ होता. भगवान श्रीकृष्णासमवेतच त्याला युद्धकला या विषयातील शिक्षण घेता आले आणि प्रत्यक्षातही आणता आले असे मानले जाते.

द्वारकेचा सक्षम राजा आणि प्रशासक या नात्यानेच कृष्णाने उद्धवाला आपला मंत्री म्हणून नेमले. एक सक्षम मंत्री म्हणून उद्धवाने आपले प्रशासकीय पद उत्तम रितीने सांभाळले. त्याने विकसित केलेली प्रशासकीय पद्धती नंतर विद्यार्थ्यांसाठी एक शिकवण बनून राहिली. प्रशासनाचे मर्म जाणणारे उद्धवाचे दृष्टिकोन चाणक्याने मौर्य राजवंशाच्या कारभारासाठीसुद्धा वापरले.

इतर

चाणक्याने ज्यांचा उल्लेख केला आहे, असे अनेक शिक्षक आहेत. त्यांची यादी खूपच मोठी आहे आणि काही नावांवरून त्या व्यक्ती किंवा शिक्षक नेमके कोण आहेत, याचे संदर्भ स्पष्ट होत नाहीत. त्यातील काही नावे ही त्या व्यक्तींना त्यांच्या एखाद्या शारीरिक किंवा बौद्धिक वैशिष्ट्यानुसार दिलेली टोपण नावे आहेत, असे दिसून येते.

शेवटी या ग्रंथात अनेक ठिकाणी आचार्यांनी मांडलेली मते उद्धृत केली आहेत आणि त्यातील बहुतांश ठिकाणी कौटिल्याने त्यांचे खंडन करून मग स्वतःची मते जोडली आहेत.

'आचार्य' ही कोणत्याही शिक्षकासाठी वापरली जाणारी सर्वसामान्य संज्ञा आहे, त्यामुळे ती एक स्वतंत्र व्यक्ती असू शकते किंवा एक विशिष्ट विचारधारा असू शकते; परंतु चाणक्याने या सर्वांनाच त्यांच्या कार्यासंबंधी योग्य आदर आणि श्रेय दिले.

अभ्यासाची प्रक्रिया

युद्धकला आणि लष्करी शास्त्राचा अभ्यास हे इतर कोणत्याही ज्ञानशाखेप्रमाणे सतत विस्तारित होणारे आणि कालपरत्वे वाढत जाणारे क्षेत्र आहे.

या क्षेत्रातील अभ्यासामागे एक विशिष्ट प्रक्रिया आहे. या क्षेत्रात आपण ज्यांचा अभ्यास करतो ते तज्ज्ञ आपली मते केवळ ठामपणे मांडून थांबत नाहीत तर त्या मतांना सखोल अभ्यासाचा आणि ठोस संशोधनाचा आधार देतात. चला तर मग चाणक्याने अनुसरलेली आणि शिकवलेली पद्धत आपण पाहू या.

१. तुमचे क्षेत्र ठरवून घ्या

आपल्याला कोणत्या विषयाचा अभ्यास करायचा आहे, याबाबतची स्पष्टता महत्त्वाची असते. स्पष्टतेअभावी गोंधळ होतो आणि वेळ वाया जातो. इथे आपला विषय आहे युद्धकला, त्यामुळे हा विषय आपल्याला शिकायचा आहे हे सर्व विद्यार्थ्यांना स्पष्ट होईल, तसेच त्या विषयावर ते लक्षही केंद्रित करतील.

एकदा अभ्यासाच्या क्षेत्राविषयी स्पष्टता आली की, त्या विषयावरील जास्तीत जास्त माहिती जमवण्याचा प्रयत्न केला पाहिजे. उपलब्ध माहितीचे सुकाणू फिरवून आपण आपल्या ज्ञानप्राप्तीच्या प्रवासास सुरुवात करू शकतो.

आपले क्षेत्र हे राज्यशास्त्र आणि अर्थशास्त्र आहे, याची स्पष्ट कल्पना चाणक्याला होती. यातच युद्धकलेचादेखील समावेश होता. आपल्या निवडीविषयी पूर्ण जागरूक असल्यामुळेच त्याने या विषयातील माहिती जमवण्यास सुरुवात केली.

२. इतर तज्ज्ञांचा अभ्यास केल्यानंतरच स्वतःची मते बनवणे

एखाद्या क्षेत्रातील विद्वान किंवा तज्ज्ञ हे त्या क्षेत्रांतील विद्यमान ज्ञानात भर घालतात. त्यांचा अभ्यास केल्यामुळे आपल्याला एक विशिष्ट दृष्टिकोन मिळतो तसेच त्या विषयाच्या इतर पैलूंकडे बघण्याची नजर प्राप्त होते; परंतु त्यांच्या विचारांचे ओझे बाळगता कामा नये. आपली स्वतःची स्वतंत्र मते बनवण्यासाठी काही मूलभूत तत्त्वे समजून घेण्याची आवश्यकता असते.

चाणक्याने विविध आचार्यांचा अभ्यास केला आणि त्यांच्या गतकालीन जाणत्या ज्ञानाचा आधार घेत स्वतःला घडवले. तथापि, एक विचारवंत म्हणून त्याचे काही स्वतंत्र दृष्टिकोन आणि मते होती म्हणूनच चाणक्याला एक अभिनव विचारवंत मानले जाते. तसेच त्याने लिहिलेल्या अर्थशास्त्राकडे एक अभिनव कार्य म्हणून पाहिले जाते.

३. इतरांचा आदर करा

ज्ञानाच्या क्षेत्रात अनेक लोक स्वतःला प्रस्थापित करण्यासाठी प्रयत्न करतात; परंतु या प्रक्रियेत इतरांना श्रेय देत नाहीत. कोणत्याही तज्ज्ञाला,

संशोधकाला किंवा विद्वानाला अशा प्रकारचे वर्तन शोभत नाही. ज्ञानाच्या क्षेत्रात आपण इतरांचा आदर केला पाहिजे, तरच आपल्या अंगी विनम्रता येईल. विनम्रता ही जाणत्या ज्ञानाचा पाया असते. 'विद्या ददाति विनयम्।' म्हणजे ज्ञान प्राप्त करणाऱ्याला ते विनम्र बनवते.

आपण आधी पाहिलेल्या, अर्थशास्त्राच्या सुरुवातीच्या प्रार्थनेमध्ये याचा पुरावा मिळतो. ही प्रार्थना म्हणजे, 'ॐ नमः शुक्र बृहस्पतीभ्यम्।' चाणक्य आपल्या आधीच्या सर्व गुरूंचा उल्लेख करतो आणि त्यांच्याबद्दल आदर व्यक्त करतो. दुसऱ्याचे ज्ञान घेताना आपण त्यांना श्रेय दिले नाही तर काय होईल याची कल्पना करा. ती एक बौद्धिक चोरी ठरेल आणि म्हणूनच कायद्याने व्यक्तीच्या कल्पनांना 'इंटलेक्चुअल प्रॉपर्टी राईट्स' (IPR) अंतर्गत कायदेशीर संरक्षण दिले आहे. चाणक्य मात्र अशा पिढीतला नव्हता, जिथे IPR ही कायदेशीर जबाबदारी होती.

८

जगज्जेता होताना ('विजिगीषू')

आजचे जग, तसेच भविष्यातील जग ताब्यात घेणे आणि त्याचे संरक्षण करणे, यासाठी या शास्त्राची (अर्थशास्त्राची) रचना करण्यात आली.

– *अर्थशास्त्र* (१५.१.७१)

'भारताने जगज्जेते पदाचा मान कधीच मिळवला नाही,' ही केवळ एक कथित गोष्ट आहे.

होय. आपण भारतीय शांतताप्रियच होतो आणि अजूनही आहोत; परंतु याचा अर्थ आपण आळशी होतो किंवा आपल्याकडे जोश नव्हता, असा नाही. पूर्वीच्या काळी बहुतांश वेळेस आपली विजयीवृत्ती अखंडित राखण्यात आपल्याला यश आले होते.

विजिगीषू वृत्ती जपणाऱ्या देशाचा सर्व जण आदर करतात. आत्ताच्या काळात अशा प्रकारचे सामर्थ्य 'युनायटेड स्टेट्स ऑफ अमेरिका' या देशाकडे आहे. तिथले नागरिक आर्थिकदृष्ट्या सबळ आहेतच शिवाय विज्ञान आणि तंत्रज्ञान, कला आणि संस्कृती, खेळ आणि नवनिर्माण,

शिक्षण आणि संशोधन या सर्व क्षेत्रांमध्ये जगज्जेते होण्याचे ध्येय ते ठेवतात. त्यांना आपले पहिल्या क्रमांकाचे स्थान सर्वत्र टिकवायचे असते.

आपल्या विचार प्रक्रियेत अशी श्रेष्ठत्वाची भावना निर्माण होते, ती एका विशिष्ट दृष्टिकोनातून आणि मनोभूमिकेतून. सामान्यतः याची सुरुवात देशातील नेत्यांपासून होते आणि मग हळूहळू प्रत्येक सामान्य माणसापर्यंत ही भावना झिरपत जाते. लवकरच ती एक राष्ट्रीय प्रवृत्ती बनते. अशी प्रवृत्ती जेव्हा सरत्या कालागणिक कायम राहते आणि पिढ्यानूपिढ्या इतरांवर सूक्ष्म वर्चस्व गाजवते, तेव्हा ती बदलणे कठीण असते.

ब्रिटिश वसाहतींची सत्ता हे याचे एक उदाहरण आहे. ब्रिटिश लोक जग जिंकत गेले. 'ब्रिटिश साम्राज्यावरील सूर्य कधीच मावळत नाही' ही म्हण ते अक्षरशः जगले. त्यांनी एवढ्या मोठ्या प्रदेशावर ताबा मिळवला की, जगातील जवळजवळ प्रत्येक भाग त्यांच्या वर्चस्वाखाली आला.

ब्रिटिशांपूर्वी 'स्पॅनियर्ड्स' लोकांनी अशा प्रकारचे वर्चस्व प्रस्थापित करण्याचा आनंद घेतला होता आणि त्याआधी पोर्तुगीजांनी. इतिहास अशा पराक्रमी साम्राज्यांच्या तेजस्वी कथांची साक्ष देतो. ज्या जागतिक नेत्यांनी विस्तृत असा प्रदेश आपल्या सुवर्णकाळात पादाक्रांत केला, त्यांच्याविषयी समजून घेणे, त्यांचा अभ्यास करणे ही नक्कीच अद्भुतरम्य अशी बाब आहे.

यातून असे दिसून येते की, जग पादाक्रांत करण्याची आणि सर्वत्र सत्ता गाजवण्याची इच्छा अत्यंत शक्तिशाली अशा बहुतांश राजांच्या मनात होती. अशा वृत्तीला जगातील बहुतेक सगळ्याच संस्कृतींमध्ये प्रोत्साहन दिले जाते. वाढ होणे ही एक नैसर्गिक घटना आहे. राज्यांच्या आणि देशांच्या प्रमुखपदी असणाऱ्या नेत्यांमध्ये अशा वर्धिष्णूवृत्ती जोपासणारा दृष्टिकोन निर्माण होतो, तेव्हा ते त्यांच्या यशाचे आणि पराक्रमाचे लक्षण असते. तथापि, सत्ता मिळवण्यासाठी वापरण्यात येणारी पद्धत दुसऱ्यांना इजा करणारी नसावी. असे झाले तरच जगज्जेत्याला सन्मान आणि प्रेम दोन्हीही जिंकता येते.

भारतातसुद्धा जग जिंकण्याची महत्त्वाकांक्षा अगदी अनादी काळापासून दिसून येते. वैदिक काळापासून तसेच पुराणयुगापासून ते अगदी रामायण, महाभारताच्या कालावधीत नोंद करण्यात आलेल्या घटनांपर्यंत सर्वत्र जग जिंकून घेणाऱ्यांच्या नोंदी आढळतात.

महाभारतात 'अश्वमेध' यज्ञाचा उल्लेख आहे. वैदिक काळापासून प्रचलित असलेला हा एक विधी आहे. प्राचीन भारतीय राजे आपले सार्वभौमत्व सिद्ध करण्यासाठी हा विधी करत. या यज्ञात राजाच्या योद्ध्यांबरोबर, एका वर्षाच्या कालावधीसाठी एक घोडा सोडण्यात येई. तो घोडा सर्वत्र भटकंती करत अनेक प्रदेशांतून प्रवास करत असे. हा घोडा एखादा प्रदेश ओलांडून जाताना कोणताही प्रतिस्पर्धी, राजाच्या घोड्याबरोबर असलेल्या योद्ध्यांना आव्हान देऊन राजाच्या अधिकारावर आक्षेप घेऊ शकत असे. एका वर्षानंतरही कोणीही घोड्याला ठार करू शकले नाही किंवा पकडू शकले नाही तर तो राजाच्या राजधानीकडे परत फिरवला जाई आणि राजाचे निर्विवाद सार्वभौमत्व जाहीर करण्यात येत असे.

भारतवर्षामध्ये असे अनेक राज्यकर्ते होते. विजयनगर साम्राज्याने त्यांचा मुलुख त्यांच्या राज्याच्या सीमेपलीकडे वाढवत नेला होता. मराठा साम्राज्याचे नेतृत्व करणाऱ्या शिवाजी महाराजांनी अनेक प्रदेश जिंकून घेतले आणि आपला पराक्रम प्रस्थापित केला. 'विशाल साम्राज्य असणारा एक महान राजा' या अर्थाने, शिवाजी महाराजांना देण्यात आलेले 'छत्रपती' हे बिरुद त्यांच्या कर्तृत्वाची साक्ष देते.

आपला मुलुख दूरवर वाढवत नेत विस्तृत प्रदेशावर आपले साम्राज्य स्थापन करणाऱ्या नेत्यांचा समृद्ध वारसा भारताला लाभलेला होता; परंतु केवळ विनाश हा या राजांचा हेतू नव्हता. उलट अत्यंत प्रतिष्ठित आणि नैतिक मूल्ये जपणारे राज्यकर्ते अशी त्यांची ओळख होती. त्यातील काही राजांनी तर 'आध्यात्मिक दृष्टिकोन बाळगणारे उदात्त विचारांचे राजे' असे स्थान लोकमानसात निर्माण केले होते. 'श्रीमानयोगी' ही उपाधि शिवाजी महाराजांना देण्यात आली होती. त्याचा अर्थ – 'श्रीमंत आणि समृद्ध असणारा योगी'. असे संबोधण्याचे कारण म्हणजे आपल्या राज्यात स्वतःच्या अखत्यारीत असणाऱ्या विस्तृत साम्राज्यात त्यांनी धर्माची स्थापना केली होती.

चाणक्य अशा राजांना 'राजा-ऋषी' म्हणत असे. राजा-ऋषी म्हणजे असा राजा जो संत माणूस आहे, द्रष्टा आहे आणि सक्षम प्रशासक आहे, तसेच त्याच्यासमोर शत्रूसुद्धा आदराने झुकतो.

परदेशी धोरणांमध्ये राज्यकर्त्यांसमोर असणारे पहिले ध्येय म्हणजे राज्याचा विस्तार करणे. राज्यकर्त्याने 'विजिगीषू' म्हणजेच इतर प्रदेश

'जिंकण्याची इच्छा बाळगणारा' असले पाहिजे, त्यामुळे जेते पदाचे ध्येय ठेवणारा दृष्टिकोन असणे उत्तम. तथापि, जेता होणे म्हणजे फक्त शत्रूला ठार मारत जाणाऱ्यांपैकी एक होणे नव्हे. वास्तविक प्रत्यक्षात ठार करण्यापेक्षा वृत्तीने विजिगीषू असणे आवश्यक असते. अशा प्रकारच्या जागतिक नेत्याकडे वेगळ्या प्रकारची तात्त्विक बैठक असणाऱ्या दृष्टिकोनाची आवश्यकता असते.

म्हणूनच चाणक्याने आपल्या *अर्थशास्त्र* या ग्रंथात जेत्यांचे तीन प्रकारांत वर्गीकरण केले आहे. जग जिंकून घेताना प्रत्येकाचा दृष्टिकोन आणि त्यासाठी वापलेली युद्धनीती निरनिराळी आहे.

जेत्यांचे तीन प्रकार

१. **धर्म विजयी :** जो फक्त कीर्ती मिळवण्यासाठी जिंकत जातो आणि इतर राज्यांच्या शरणागतीतच समाधान मानतो.
२. **लोभ विजयी :** जो लोभी वृत्तीमुळे विजय मिळवत जातो आणि जमीन किंवा पैसा किंवा दोन्ही प्राप्त करण्यासाठी बाहेर पडतो.
३. **असुर विजयी :** जो एखाद्या सैतानाप्रमाणे विजय प्राप्त करतो, तसेच जमीन, पैसा सारेच हस्तगत करतो, पराभूत राजाच्या बायका बळकावतो आणि आपल्या शत्रूचा जीव घेतो.

विजयवीरांच्या या वर्गीकरणाची नोंद चाणक्याने त्याच्या अर्थशास्त्र या ग्रंथाच्या १२व्या खंडात, पहिल्या प्रकरणात, १-१६ (१२.१.१०-१६) या सूत्रांमध्ये केलेली आहे.

चला, येथे त्यांचे तपशीलवार परीक्षण करू या.

१. धर्म-विजयी (नीतिमान विजयवीर)

अर्थशास्त्रामध्ये 'धर्म' या शब्दाचा विविध अंगांनी सविस्तर विचार करण्यात आला आहे. धर्म म्हणजे नीतिमानता. अर्थात, आचरणाचा नैतिक आणि तात्त्विक मार्ग. त्यामुळे योग्य पद्धतीचा, योग्य रितीने आणि नैतिकतेने वापर करणाऱ्या विजयवीराला 'धर्मविजयी' असे संबोधले जाते.

नीतिमान विजयवीर समोरच्या राजाने नमते घेण्यातच आपले समाधान मानतो. अश्वमेध यज्ञाच्या बाबतीत आपण पाहिले की, घोडा निरनिराळ्या ठिकाणी पाठवला जातो. त्या-त्या राज्यांचे राजे घोडा पाठवणाऱ्या राजाचा अधिकार मान्य करतात आणि आपले नेतृत्व त्याच्याकडे सुपुर्द करतात; परंतु असे नेतृत्व सुपुर्द केले तरी ही संपूर्ण शरणागती नसते हे समजून घेणे महत्त्वाचे आहे. असा राजा दुसऱ्या राजाच्या सर्वंकष नेतृत्वाचा स्वीकार करतो; परंतु त्याच वेळेस तो स्वतःच्या राज्यावर राज्यही करू शकतो.

आधुनिक काळातील राजकीय उदाहरणाच्या साहाय्याने आपण हे समजून घेऊया. भारतातील आताच्या राजकीय पद्धतीत, अधिकारांच्या निरनिराळ्या पातळ्यांवर निरनिराळे नेते नियुक्त असतात. लोकशाही पद्धतीमध्ये सत्तास्थापनेसाठी लोक मतं देतात. भारत देश हा विविध राज्यांच्या एकत्रित संयोगातून बनलेला देश आहे म्हणून एखाद्या राज्याचा मुख्यमंत्री हा त्या विशिष्ट राज्याचा नेता असतो तर राष्ट्रीय पातळीवरील सर्वंकष नेतृत्व म्हणून पंतप्रधानांचा स्वीकार करण्यात येतो.

केंद्रीय पातळीवर पंतप्रधानांचा सर्वंकष अधिकार मान्य केला तरी मुख्यमंत्र्यांचा अधिकार कोणत्याही बाबतीत नष्ट होत नाही. राज्यपातळीवर विशिष्ट राज्याचा नेता म्हणून त्याचे काम चालूच राहते. नेतृत्व स्वीकारण्याचा किंवा वर्चस्व मान्य करण्याचा हा एक प्रकार आहे.

तरीदेखील एखाद्या राज्याचा मुख्यमंत्री देशाचा पंतप्रधान होण्याचे ध्येय बाळगू शकतो. त्यासाठी त्याला योग्य त्या प्रक्रियेतून जावे लागते. मुख्यमंत्र्यांना सत्तास्थापनेसाठी मते मिळाली आणि त्यांचा पंतप्रधान म्हणून स्वीकार झाला तर एक 'राष्ट्रीय नेता' म्हणून त्यांची नवी ओळख निर्माण होते. इतर मुख्यमंत्र्यांना मग त्यांचा अधिकार मान्य करावा लागतो. सर्वंकष अधिकाराचे स्थान हे नेहमीच तात्पुरते असते. इतिहासाने दाखवून दिल्याप्रमाणे वेळोवेळी नवनव्या नेत्यांचा उदय होत राहतो, याची नोंद घेणे महत्त्वाचे आहे.

एखाद्याने विजिगीषू होण्याची, जगज्जेता होण्याची कामना बाळगली तर त्यासाठी लोकशाहीच्या मार्गाने जाणाऱ्या प्रक्रियेचा मार्गच अनुसरावा म्हणजेच या प्रक्रियेत इतर लोक एखाद्याचा अधिकार मान्य करतील किंवा आपला अधिकार त्याच्याकडे सुपुर्द करतील. अशा प्रक्रियेत रक्तपात किंवा लोकांना ठार मारण्यासारख्या गोष्टी होत नाहीत. इथे इतरांकडून नैतिक

मार्गाने सत्तेचा स्वीकार होतो. अशा प्रकारे प्राप्त केलेल्या सत्तेला धर्म-विजयी किंवा जागतिक नेता होण्याचा नैतिक मार्ग असे म्हणतात.

अशा पद्धतीने विजयवीर ठरणाऱ्यांची अजून एक बाजू असते. जे छोटे राजे स्वतःला विजयवीर राजाकडे सुपुर्द करतात, त्यांना संरक्षण देण्याची संपूर्ण जबाबदारी त्या राजाला घ्यावी लागते. विजिगीषू राजाकडील सैन्य अधिक मोठे असू शकते आणि स्वतःला सुपुर्द करणाऱ्या राजांकडील सैन्य लहान असू शकते. तथापि, या लहान राजांवर कोणी हल्ला केला तर विजिगीषूने त्या राजांच्या संरक्षणाचा बंदोबस्त केला पाहिजे. विजिगीषू राजाचे सैन्य किंवा त्याच्या नेतृत्वाखाली असलेल्या इतर राज्यांचे सैन्य या छोट्या राज्याच्या संरक्षणासाठी पाठवले जाते तसेच विजिगीषू राजाच्या राज्यावर एखादा हल्ला झाला किंवा त्याला धोका निर्माण झाला तर हा लहान राजा आपले सैन्य, त्याच्या सैन्यात विलीन करून एक शक्तिशाली सैन्य तैनात करण्यास हातभार लावतो.

पुन्हा एकदा भारत देशाचेच उदाहरण पाहू या. भारतातील अनेक राज्यांकडे गुन्हेगारांना आणि अंतर्गत बेबनाव निर्माण करणाऱ्यांना हाताळण्यासाठी त्यांची स्वतःची अशी पोलीस दले आहेत; परंतु बाहेरील शत्रू देशावर हल्ला करतो तेव्हा तो एखाद्या विशिष्ट राज्यावरचा किंवा प्रांतावरचा हल्ला धरला जात नाही. तो त्या संपूर्ण देशावरचा हल्ला असतो. ज्या प्रदेशावर हल्ला झालेला आहे, त्या विशिष्ट प्रदेशात त्याच्या बचावासाठी भारतीय लष्करी दले तैनात केली जातात. अशा प्रकारे बाहेरील आक्रमणाला तोंड देताना संपूर्ण राष्ट्र आणि त्याची संरक्षण दले मिळून संघटितपणे काम करतात. या एकीमुळे ते एक संघ म्हणून विजयी होतात.

आपल्याला धोका आहे असे जेव्हा छोट्या राज्यांना जाणवते, तेव्हा त्यांनी स्वतःला एखाद्या विजिगीषूकडे सुपुर्द करावे, असा सल्ला अनेकदा त्यांना देण्यात येतो. जेणे करून अधिक मोठ्या सैन्याकडून त्यांना संरक्षण मिळेल. विजिगीषू हा धर्म-विजयी असल्यामुळे या लहान राज्यांच्या संरक्षणाची जबाबदारी स्वीकारेल. त्यातून त्यालासुद्धा स्वतःचा मुलुख विस्तारण्याची संधी मिळेल, असा विचार केला तर धर्म-विजयी हा एक संधिसाधू आहे, अशी आपली समजूत होईल; परंतु हे खरे नाही. अशा परिस्थितीत, स्वतः सामर्थ्यवान असल्यामुळे लहान राज्यांचे संरक्षण हा धर्म समजला जातो आणि दुर्बलांचे संरक्षण करणे हे कर्तव्य मानण्यात येते.

एखाद्या एकसंध कुटुंबापेक्षा हे फारसे वेगळे नाही. आपल्या आजूबाजूच्या एखाद्या कुटुंबात आपल्याला दिसते की, लहान भावाला मोठ्या भावाची श्रेष्ठता मान्य नसते; परंतु कधी काळी लहान भावावर बाहेरच्या शत्रूकडून हल्ला झाला तर घराचे आणि कुटुंबाचे रक्षण करण्यासाठी मोठ्या भावाला हस्तक्षेप करावा लागतो. अशा परिस्थितीत लहान भावाने मोठ्या भावाची मदत मागितली आणि त्याने स्वतःला मोठ्याकडे सुपुर्द केले तर आपल्याकडील सर्व साधनांनिशी लहान भावाचे रक्षण करणे हे मोठ्या भावाचे कर्तव्य ठरते. यामुळे एकदा का बाहेरील शत्रू निघून गेला की, मोठ्या भावाची प्रगल्भता आणि नेतृत्व दोन्ही अगदी स्वाभाविकपणे सिद्ध होते.

दुर्बलांना संरक्षण देण्यात येते, तेव्हा त्यामागे नेत्याचे नेतृत्व गुण स्पष्टपणे दिसून येतात. कारण, यात शक्तीप्रदर्शनाचा भाग नसून ते कोणत्याही नेत्याचे कर्तव्यच असते.

धर्म-विजयीचा दृष्टिकोन अगदी असाच असतो. तो सत्तेमुळे नाही तर कर्तव्यामुळे प्रेरित होतो. एकदा कर्तव्य पूर्ण झाले की, तो सहजतेने त्याच्या पूर्वपदावर जातो. धर्म विजयीसाठी सत्ता तात्पुरती असते. किंबहुना, सत्ता ही त्याच्यासाठी एक मोठी जबाबदारी असते.

सत्तेच्या जाणिवेपेक्षा जबाबदारीची असणारी जाणीव एका महान नेत्याला जन्म देते. जेव्हा सत्ता सोडण्याची वेळ येते, तेव्हा धर्मविजयी कोणत्याही आसक्तीविना ती सहज देऊन टाकतो.

अलिप्ततेची भावना आणि मनाचा आध्यात्मिक कल धर्मविजयी बनण्यासाठी आवश्यक असतो.

रामायणामध्ये आपल्याला असे आढळते की, रावणाला ठार केल्यानंतर लंकेचा राजा म्हणून सत्ता ताब्यात घेण्याची संधी रामाकडे होती. नव्यानेच काबीज केलेल्या राज्यामध्ये सर्वोच्च अधिकार प्रस्थापित करणे त्याला शक्य

होते. वस्तुतः रामाने लंकेचे नेतृत्व केले असते, तर ते कोणाला आवडले नसते? अगदी लंकेच्या प्रजाजनांनीसुद्धा रामाचे जेतेपण नाकारले नव्हते. तथापि, लंकेच्या सिंहासनावर बसण्याऐवजी रामाने तीच सत्ता रावणाचा कनिष्ठ बंधू बिभीषण याच्याकडे सुपुर्द केली.

राम अयोध्येचा राजा होता आणि अयोध्या हे तुलनेने लंकेपेक्षा लहान राज्य होते, याचीदेखील आपण नोंद घेतली पाहिजे. शिवाय लंका सोन्याची होती असं मानलं जायचं. लंकेने तंत्रज्ञानात खूप मोठी प्रगती केली होती, असंदेखील म्हटलं जायचं. रावणाकडे 'पुष्पक' विमान होते, असाही संदर्भ आहे. यावरूनही लंकेने हवाई वाहतूक तंत्रज्ञानात केलेल्या प्रगतीचा अंदाज बांधता येतो. रामाने लंका ताब्यात घेतली असती, तर त्याला त्याचे राज्य मोठ्या प्रमाणात वाढवता आले असते आणि त्यावर सत्ता प्रस्थापित करता आली असती.

तरीही राम हा धर्मनिष्ठ नेता होता. लंका ताब्यात घेणे हा त्याचा उद्देश नव्हता, तर आपल्या पत्नीला - सीतेला त्याला परत आणायाचे होते. आपला हेतू काय हे त्याला चांगलेच ठाऊक होते, तसेच बिभीषणाला लंकेविषयी आणि लंकावासियांविषयी योग्य समज असल्यामुळे लंकेचा राज्यकर्ता या पदास तोच अधिक पात्र आहे, असेही रामाला वाटले.

अयोध्येच्या नेतृत्वाचा आणि सिंहासनाचा त्याग करण्याची वेळ रामावर आली होती, तेव्हासुद्धा धर्माची समजच त्याला उपयोगी ठरली म्हणूनच कैकेयीने आपल्या मुलाचा - भरत याचा राज्याभिषेक व्हावा, अशी मागणी केल्यानंतर रामाने राजमुकुट धारण न करण्याचा निर्णय घेतला. रामाचे राजपद कोणीच नाकारले नसते. वस्तुतः तो सर्वार्थाने आदर्श आणि सक्षम नेता होता, तरीही त्याला वाटले की, खुद्द राणीने आपला सख्खा मुलगा सिंहासनावर बसावा अशी मागणी केली असताना, स्वतः राजपदावर बसणे नैतिकदृष्ट्या चुकीचे आहे.

म्हणून अयोध्येचा त्याग करताना आणि लंकेवर सत्ता प्रस्थापित करण्याची संधी नाकारताना रामाने काय मिळवलं? तर त्याने प्रत्येकाचे मन जिंकून घेतले, त्याने दोन्ही राज्यांच्या प्रजाजनांचे प्रेम जिंकून घेतले आणि त्यांच्या मनात आदराचे स्थान प्राप्त केले. सत्तेच्या वर्चस्वापेक्षा धर्माचे वर्चस्व सिद्ध करणारा राम, हे धर्मविजयीचे अगदी खरेखुरे उदाहरण आहे.

रंजक भाग म्हणजे भरत अर्थात रामाच्या अनुपस्थित अयोध्येचा कारभार बघणारा राजा आणि बिभीषण म्हणजेच लंकेचा राजा या दोघांनीही रामालाच त्यांचा खरा राजा मानले. रामाचेच नेतृत्व त्यांनी मान्य केले. वस्तुतः खऱ्या अर्थाने ते रामाचे भक्तच बनले.

रामासारखे नेतृत्व संपूर्ण जगात फारच दुर्मीळ आहे. अशा प्रकारची वर्तणूक आणि सत्ताप्राप्ती बरोबर वाहावत न जाण्याची क्षमता अंगीकारणे, यांतून धर्मविजयीचे वेगळेपण सिद्ध होते. धर्मविजयी ही संज्ञा म्हणजे भारताने जागतिक नेतृत्वामध्ये दिलेले योगदान आहे. अशा प्रकारचा तात्त्विक दृष्टिकोन आपल्या विचारप्रवर्तक नेतृत्वाला अगदीच वेगळे आणि अद्वितीय बनवतो.

२. लोभ-विजयी (लालची विजयवीर)

लोभ-विजयी किंवा लालची विजयवीर संतुष्ट होतो, ते फक्त जमिनी आणि मालमत्ता जप्त केल्यामुळेच. आर्थिक फायदे मिळवण्यासाठीच तो बाहेर पडलेला असतो. तो लालची आणि असमाधानी असतो. अधिक मिळवत जाणे हेच त्याचे प्राथमिक उद्दिष्ट असते.

अशी माणसे संपत्ती निर्माण करत नाहीत, तर ते इतरांच्या संपत्तीची अभिलाषा धरतात. इतरांच्या जमिनींवर त्यांची सतत नजर असते. आपल्याकडील जमेच्या बाजू बघण्याऐवजी लोभी माणूस इतरांकडे काय आहे, यावर डोळा ठेवतो आणि नैतिकदृष्ट्या दुसऱ्याच्या मालकीच्या असणाऱ्या गोष्टींनी आपला खजिना भरून आनंदी होतो.

लोभ-विजयीचा खजिना काठोकाठ भरलेला असला तरीही त्याचे समाधान होत नाही. विजयप्राप्तीसाठीच्या त्याच्या शोधाला कोणतीही मर्यादा नसते. संपूर्ण जग आणि त्यातील संपत्ती ताब्यात घेणे हेच केवळ त्याचे उद्दिष्ट असते. जगातील अगदी शेवटचे खेडेदेखील आपल्या हुकुमाखाली येईपर्यंत तो त्याचा मुलुख विस्तारत नेतो. राज्याचा विस्तारणारा आकारच त्याला श्रेष्ठत्वाच्या भावनेची अनुभूती देतो. परिस्थिती बिघडवून कटुता वाढवण्यासाठी लोभ-विजयी केवळ मोठ्या राज्यांनाच नाही तर लहान, असाहाय्य राज्यांनाही आपले लक्ष्य बनवतो आणि या सगळ्यामागे आपला खजिना ओसंडून वाहण्यापर्यंत भरत राहणे हाच त्याचा एकमेव उद्देश असतो.

इतरांची लूट करण्यासाठी आणि आपल्या साम्राज्याचा विस्तार करण्यासाठी लोभ-विजयी ज्या दोन पद्धती वापरायचा, त्या चाणक्याने विशेषत्वाने निर्देशित केल्या आहेत. या पद्धती म्हणजे भूमी आणि मालमत्ता यांच्यावरील कब्जा.

भूमी

भूमी म्हणजे जमीन. जमीन ही मर्यादित साधनसंपत्ती आहे. आपल्या ग्रहावरील फक्त एक तृतीयांश जागा जमिनीने व्यापलेली आहे. प्रत्येक क्षणाला लोकसंख्या वाढत असते. जमीन ताब्यात असेल, तर सत्तेचे प्रदर्शन करण्यासाठी शहरे, उंच इमारती, धरणे, पूल, मंदिरे आणि स्मारके बांधता येतात; परंतु उपलब्ध जमिनीला मर्यादा पडू लागल्या की, हे सर्व करणे कठीण होते.

या मर्यादेवर मात करण्यासाठी अधिकाधिक उंच इमारती बांधून 'उभ्या दिशेत वाढ करणे' हा एक पर्याय आहे. मुंबई, न्यू यॉर्क, लंडन अशा आर्थिक राजधान्यांमध्ये अशाच अनेक गगनचुंबी इमारती आहेत. सिंगापूरसारख्या तुलनेने लहान पण तरीही आर्थिकदृष्ट्या सक्षम असलेल्या देशांमध्ये जमिनीची मागणी वाढली की, त्याबरोबर तिची किंमतही वाढते.

म्हणूनच जमिनीची मर्यादित उपलब्धता ही समस्या जेव्हा राजांना किंवा सद्यःस्थितीच्या संदर्भात जमीन संपादन करू इच्छिणाऱ्यांना भेडसावते तेव्हा त्यावर उपाय काय तर दुसऱ्यांच्या मालकीची जमीन हस्तगत करणे! याच कारणासाठी स्थावर मालमत्ता हा जगातील कोणत्याही अर्थव्यवस्थेमधील निर्णायक घटक ठरला आहे.

अमेरिकेचा शोध लावणाऱ्या कोलंबसपासून ते कॅनडा आणि आग्नेय अमेरिकेचा शोध घेणाऱ्या हडसनपर्यंतच्या सर्व सागरी प्रवासकथांमधून जमीन संपादन करण्याला किती महत्त्व होते हेच दिसून येते. अलेक्झांडरलासुद्धा जग जिंकायचे होते. थोडक्यात त्याला आपला भौगोलिक प्रदेश विस्तारायचा होता आणि यासाठी इतरांचे मुलुख काबीज करत जाणे ही पद्धतच त्याच्यासारख्या अनेक जणांनी वापरली.

मालमत्ता

लालची मनुष्य परदेशात असतो, तेव्हा आपल्याजवळ नसणाऱ्या सर्वच गोष्टींवर त्याची नजर असते. अशाच प्रकारे लोभ-विजयी फक्त दागदागिने आणि इतर अलंकारांचाच नाही तर अन्य स्वरूपातील भौतिक संपत्तीचादेखील लोभ धरतो.

पिके, मंदिरातील विविध मूर्ती आणि अलंकार, त्या विशिष्ट ठिकाणाच्या प्राचीन वस्तू, अगदी फळे, भाज्या, मसाले आणि इतर मौल्यवान वस्तू लुटल्या जातात. अशा वस्तू व्यापारी व्यापार करून मिळवतात तर लोभ-विजयी युद्ध करून प्राप्त करतात.

इथे काही प्रश्न उद्‌भवतात. उदाहरणार्थ, एखाद्या लहान, नीतिमान, आत्मनिर्भर आणि आनंदी राज्यावर लोभ-विजयीने हल्ला केला आणि तेथील जमीन तसेच संपत्ती लुटण्याचा प्रयत्न केला तर त्या राज्याने काय करावे?

अशा परिस्थितीत लोभ-विजयीला तोंड देण्यासाठी चाणक्याने एक उपाय सांगितला आहे. अशा वेळी मित्रपक्षांची मदत घ्यावी असे त्याने सुचवले आहे. ज्यांचे सैन्य आपल्या सैन्याबरोबर एकजुटीने लोभ-विजयी विरुद्ध उभे राहील अशांना हाक मारावी. हे शक्य नसेल तर आक्रमणकर्त्याला आपल्याकडील संपत्ती घेऊ द्यावी. होय! लालची माणसाला हाताळण्याचा अचूक मार्ग पैशाकडून जातो; पण इथे एका महत्त्वाच्या गोष्टीची नोंद घेतली पाहिजे की, पैशाचा आणि मालमत्तेचा सौदा करताना जमिनीची विभागणी मात्र होता कामा नये. कारण, कितीही किंमत मिळाली तरी सोडू नये अशी अनमोल मालमत्ता म्हणजे आपल्याकडे असणारी जमीन होय! एकदा जमीन गमावली की, ती सहजतेने परत मिळत नाही. तथापि, दिलेला पैसा हा नेहमीच पुन्हा निर्माण करता येतो.

> आक्रमणकर्त्याला पैसे आणि मालमत्ता देऊन समाधानी करा. त्यानंतर सावकाश धोरणात्मक योजना आखा आणि इतर मार्गांनी शत्रूवर मात करा.
>
> – चाणक्य : लोभ-विजयीवर मात कशी करावी?

अनेक देशांवर हल्ले झाले. तेथील रहिवाशांना बळजबरीने त्यांच्या जमिनी सोडण्यास भाग पाडण्यात आले. नव्या जागेत त्यांना निर्वासित म्हणून राहावे लागले आणि आपली संपत्ती पुन्हा निर्माण करण्यासाठी तिथे त्यांना अनेक पिढ्या संघर्ष करावा लागला. त्यांनी जी जमीन गमावली ती कदाचित त्यांना परत कधीच मिळणार नव्हती.

म्हणूनच भौतिक मालमत्तेपेक्षा जमीन जास्त मौल्यवान आहे हे समजून घेणे महत्त्वाचे आहे. जगातील वेगवेगळ्या संस्कृतींमधील निरनिराळ्या युद्धांचा अभ्यास करता, आपल्याला असे दिसून येते की, युद्धाचे प्रमुख उद्दिष्ट जमिनीवर कब्जा करणे हेच होते. पिढ्या बदलत गेल्या; परंतु जमीन ही आपल्याजवळील एक अत्यंत महत्त्वाची मालमत्ता आहे, असे मानव जात अजूनही मानत आली आहे.

३. असुर-विजयी (राक्षसी विजयवीर)

तिसऱ्या प्रकारच्या विजयवीराला असुर-विजयी म्हणतात. नावाप्रमाणेच तो असुरी किंवा राक्षसी पद्धतीने जिंकतो. युद्धाचे कोणतेही नियम तो पाळत नाही.

असुर-विजयी जमीन आणि इतर मालमत्ता यांवर कब्जा करतो. राजाचे पुत्र आणि बायका यांना बंदिवान करतो. शिवाय अनेक लोकांचे जीवही घेतो. अशा प्रकारे हा राक्षसी विजयवीर उपलब्ध असेल ते सर्व ताब्यात घेतल्यानंतरच समाधानी होतो. हीच गोष्ट त्याला, केवळ जमीन आणि पैशाने समाधानी होणाऱ्या लोभ-विजयीपेक्षा वेगळी ठरवते.

संपूर्ण सत्ता मिळवण्यासाठी कामी येणारी कोणतीही पद्धत चुकीची नाही, असे असुर-विजयीला वाटते. तो लहान मुलांना ताब्यात घेतो, महिलांवर अत्याचार करतो, राज्यातील शेवटच्या माणसापर्यंत सर्वांना ठार करतो आणि शहरे जाळतो. त्याच्यात ठाण मांडून बसलेली असुरी प्रवृत्ती तिच्या संपूर्ण सामर्थ्यानिशी सर्वत्र अंमल गाजवते.

असुर-विजयी राजांमध्ये जुलमी हुकूमशहा आणि निरंकुश सत्ताधारी यांचा समावेश होतो. असे विजयवीर हे क्रूर आणि स्वभावतःच अन्यायी असतात. ते कावेबाज आणि कपटी असतात. त्यांच्यावर कोणीच विश्वास ठेवू शकत नाही. त्यांच्या मनात कोणते विचार चालू आहेत हे सर्वांसाठीच

एक कोडे असते. त्यांच्या सत्तेला धोका निर्माण झाला तर अगदी त्यांची स्वतःची माणसे, मंत्री, सैनिक आणि कुटुंबातील सदस्य यांनादेखील ते सोडत नाहीत.

संपूर्ण सत्ता हेच त्यांचे एकमेव उद्दिष्ट असते. एखादा पिता आपल्या पुत्राला सत्तेसाठी ठार करू शकतो. एखादा पुत्रदेखील असुर स्वभावाचा असेल तर तो आपल्या वडिलांना ठार करताना मुळीच कचरत नाही. सख्ख्या भावंडांनासुद्धा दया-माया दाखवली जात नाही. अगदी, नैतिकतेला धरून काही शहाणपणाचे बोल ऐकवण्यासाठी आलेल्या शिक्षकांचा आणि आध्यात्मिक गुरूंचादेखील खून केला जातो. असुर-विजयी जिथे जातो तिथे हाहाकार माजवतो आणि अनर्थास कारणीभूत ठरतो.

कोणतीही भावना त्यांना आडकाठी आणू शकत नाही. त्यांना केवळ एकच भाषा समजते आणि ती म्हणजे निरंकुश सत्तेची. यापलीकडे अशा विजयवीरांना तर्कशुद्ध भाषेचे किंवा पद्धतशीर चर्चांचे कौतुक नसते. अनेकदा असे राज्यकर्ते सभ्य आणि उत्तम नेतृत्व गुणाचे असतात; परंतु सत्ता हिरावून घेण्याचा धोका जाणवताच ते हिंसक बनतात.

कृष्णाच्या आयुष्यात त्याचा कंस मामा हा अशा स्वभावाचा असल्याचे दिसते. तो एक चांगला माणूस होता आणि आपल्या बहिणीवर त्याचे प्रेम होते. त्याने आपल्या बहिणीचे थाटामाटात लग्न लावले; परंतु त्याच बहिणीचं मूल आपल्याला एक दिवस ठार करणार हे कळताक्षणी तो संपूर्णपणे बदलला आणि त्याने आपला खरा रंग दाखवला.

आपल्या अत्यंत प्रिय बहिणीला त्याने तिच्या पतीसह तुरुंगात टाकले. त्यांच्यावर जागता पाहारा ठेवला. ज्या वेळी त्याची बहीण अपत्याला जन्म द्यायची, तत्क्षणी कंस त्या अर्भकाला ठार करायचा. अशी सात मुलं जन्माला येता क्षणीच मारली गेली.

नेमकी हीच हिंसक प्रवृत्ती विजयवीरांना स्वभावाने असुर बनवते. हे मानवरूपी राक्षस असतात. त्यांना हानिकारक ठरणाऱ्या कोणालाही नष्ट करण्यासाठी ते कोणत्याही थराला जातात. केवळ मजा म्हणून दुसऱ्यांना ठार मारण्यापर्यंतदेखील काहींची मजल जाते.

भारतीय इतिहासातील पौराणिक गोष्टींमध्ये आपल्याला असे असुर दिसून येतात. ते जंगलात जात आणि साधूंना त्रास देत. ते आश्रमांचा नाश करत. ऋषी-मुनी काही धार्मिक विधी करत असतील, यज्ञ किंवा होम

करत असतील तर ते संपूर्ण यज्ञवेदीची तोडफोड करत. यामागे काही विशिष्ट कारणही नसे. अशा क्रूर चेष्टांमध्ये सहभागी होण्यात त्यांना गंमत वाटे.

या असुरांमुळे त्रस्त झालेले ऋषी देवांकडे किंवा राजांकडे मदतीसाठी धाव घेत. बहुतेक वेळा देव आणि राजे त्यांच्या सुटकेसाठी येत. परोपकारी राजे आणि त्यांचे सैन्य अशा असुरांची शिकार करून त्यांना ठार करत.

अशा असुरांना कसे तोंड द्यायचे हे सांगणारा एखादा सल्ला चाणक्याने दिला आहे काय?

त्यांच्यावर विजय मिळवण्यासाठी काही मार्ग आहे का? यासाठी दिलेली रणनीती अशी आहे :

> 'असुर-विजयीच्या आवाक्याबाहेर असलेली जमीन आणि मालमत्ता देऊ करून, त्याला परतीचा मार्ग धरण्यास भाग पाडले पाहिजे.'
>
> – *अर्थशास्त्र* १२.१.१६

सर्वप्रथम अशा विजयवीराला शांत करण्यासाठी काहीतरी द्यावे लागते. सुरुवातीलाच 'जशास तसे'ची भाषा वापरू नये. त्याऐवजी जमीन आणि मालमत्ता देऊ करून त्यांचे लक्ष दुसरीकडे वेधून घ्यावे.

लोभ-विजयीच्या बाबतीत चाणक्याने जमीन देऊ न करता फक्त मालमत्ता देण्याची कल्पना मांडली होती; परंतु असुर-विजयीच्या बाबतीत चाणक्याने थोडी वेगळी रणनीती सुचवली आहे. इथे चाणक्य जमीन आणि मालमत्ता दोन्हीही देऊ करण्याचा सल्ला देतो. इथे परिस्थितीपासून पळ काढणे महत्त्वाचे असते. कारण, असुर-विजयीला हाताळणे हे हातात जळता निखारा ठेवण्यापेक्षा फारसे वेगळे नसते. आपण फक्त ती वेळ जाऊ द्यावी आणि स्वतःला सुरक्षित ठेवावे.

प्रथम स्वतःचे रक्षण करण्याची आवश्यकता असते. दुसऱ्या दिवशी लढण्यासाठी आपण जिवंत राहिलो, तर जे गमावलं आहे ते कमावण्यासाठी आपण परत फिरू शकतो. आपणच जिवंत नसू तर आपल्या जवळ ठेवून घेतलेली जमीन आणि मालमत्ता यांचा काय उपयोग? जमीन आणि मालमत्तेपुढे जिवाला प्राधान्य देणे महत्त्वाचे आहे.

ज्या क्षणी असुर जमीन आणि मालमत्ता बळकावतात, तेव्हा त्यांना तात्पुरते समाधान मिळते आणि नुकत्याच काबीज केलेल्या गोष्टीवरून त्यांचे मन उडते व पुन्हा नव्या गोष्टीकडे वळते. एकदा आपण खूप दूर आणि सुरक्षित जागी गेलो की, मग अशा अत्याचारी आक्रमणकर्त्यांविरुद्ध कोणती पावले उचलता येतील याचा विचार करावा. संकटकाळी सरळ विचार करणे अवघड असते. एखादी योजना आखण्यासाठी मनाची शांतता लागते. असुर-विजयीसारख्या आक्रमणकर्त्याविरुद्ध उत्तरादाखल अमलात आणता येईल, अशी रणनीती तयार असावी, त्यामुळे शत्रूकडून वेळ विकत घेणे हाच इथला नियम आहे.

यथावकाश इतरांबरोबर योग्य ते विचार मंथन करून किंवा मित्र राज्याला विनंती करून त्यांच्याशी युती करावी. परिस्थिती कशीही असो आपण हार मानायची नाही, हीच चाणक्याची विजय प्राप्तीची रणनीती आहे.

...आणि जेव्हा योग्य वेळ येते तेव्हा या राक्षसी विजयवीरा विरुद्ध, योग्य त्या पद्धती, शस्त्रास्त्रे आणि डावपेच या सर्वांचा वापर करून आपण आपल्या सर्व शक्तिनिशी लढतो आणि आपले राज्य परत जिंकतो. आयुष्यामध्ये 'जिंकण्याची' वृत्ती असायला पाहिजे.

पण जेव्हा इतरांवर विजय मिळवायची वेळ येते तेव्हा मात्र आपण धर्म-विजयी पद्धतच वापरली पाहिजे. केवळ जमिनी आणि राज्ये जिंकून घेणारा विजेता न बनता लोकांच्या मनावर राज्य केले पाहिजे.

हीच विजिगीषूची संकल्पना आहे... विजिगीषू म्हणजे जगज्जेता.

९

विजेता होण्यासाठी आवश्यक अशा निरनिराळ्या शक्ती

> जंगलांचे सरदार, सीमेवरील सरदार आणि शहरांमधील तसेच खेड्यांमधील मुख्य अधिकारी यांच्याशी वेळोवेळी संपर्क साधून, त्यांच्याशी चांगले संबंध प्रस्थापित करावेत.
>
> – *अर्थशास्त्र* (१.१६.७)

'मी बलवान आहे.'

केवळ अशा मग्रुरीमुळे, आपले महत्तम सामर्थ्य असणारी आपली शक्ती हाच आपला सर्वांत मोठा दुबळेपणा ठरू शकते.

'शत्रूसुद्धा बलवान आहे.'

हे दुसरे वाक्य आपले पाय जमिनीवर ठेवते. आपला शत्रू छोटा आणि दुर्बल दिसत असला तरी त्याला कधीच गृहीत धरू नये. आपल्याकडे नसणारी एखादी फायदेशीर गोष्ट आपल्या शत्रूकडे असू शकते.

युद्धाच्या वेळी कणखर राहून आपली बुद्धी वापरणे आणि शत्रू पुढे भक्कमपणे उभे राहणे अतिशय महत्त्वाचे आहे. आधीच्या प्रकरणांमध्ये पाहिल्याप्रमाणे युद्ध विनाशकारी असू शकते आणि त्याच्यामध्ये संपूर्ण

समाजचक्र बिघडवण्याची क्षमता असते. युद्ध टाळणे अगदीच अशक्य असेल, तर त्याचे संभाव्य परिणाम आधीच समजून घेऊन मनाची तशी तयारी करण्याची आवश्यकता असते. युद्धाचे सर्व पैलू व्यवस्थितरीत्या लक्षात घेतल्यानंतरच नेत्याने शत्रूवर चाल करून जावे.

एक दिवस गुरुकुलामध्ये आपल्या विद्यार्थ्यांना शिकवत असताना चाणक्याने त्यांना 'रणनीती म्हणजे काय' असे विचारले.

अनेक उत्तरे ऐकल्यानंतर चाणक्याने अगदी सोप्या आणि परिणामकारक भाषेत रणनीतीची व्याख्या सांगितली. रणनीती म्हणजे 'कृती बरोबरच तिचे संभाव्य परिणाम लक्षात घेणे.'

थोड्या वेगळ्या शब्दांत सांगायचे, तर प्रत्येक क्रियेला प्रतिक्रिया असते. एखादी विशिष्ट क्रिया करताना तिची संभाव्य प्रतिक्रिया काय होईल, याचा अंदाज बांधता आला, तर त्यानुसार आपल्याला योजना आखता येईल आणि केवळ अनभिज्ञतेमुळे आपण गोत्यात आलो असे होणार नाही. एखाद्या तळ्यात दगड फेकला तर काय होईल? तळ्यात पाण्याचे तरंग निर्माण होतील. हे तरंग पाण्यात पसरतील. 'तरंग उठणे' हा पाण्याच्या पृष्ठभागावर दगड मारल्यामुळे होणारा एक नैसर्गिक परिणाम आहे; हे समजून घेणाऱ्याला त्याचे आश्चर्य वाटणार नाही. वास्तविक केंद्रापासून विस्तारत जाणाऱ्या या तरंगांना बघताना आपल्याला मजा वाटेल आणि या कृतीतील सुख अनुभवण्यासाठी आपण आनंदाने पाण्यात पुन्हा पुन्हा दगड मारत राहू.

क्रिया आणि प्रतिक्रिया यांचे स्वरूप समजून घेणे किती महत्त्वाचे आहे ही बाब आचार्यांनी स्पष्ट केली. एकदा हे लक्षात घेतले की, आपल्याला कोणीच मागे खेचणार नाही. आयुष्यातील कोणत्याही परिस्थितीत, क्रिया आणि प्रतिक्रियांच्या परस्पर खेळाची मजा आपण घेऊ शकू. चाणक्याने विद्यार्थ्यांना पुढे सांगितले की, खरा योद्धा रणांगणावर सुरक्षारक्षकांकरवी कधीच पकडला जात नाही. त्याला आपली कृती आणि त्यावर शत्रूची होणारी प्रतिक्रिया आधीच ठाऊक असते. शत्रूच्या चालींमुळे बुचकळ्यात पडणे तर सोडा त्याची साधी भुवईदेखील उंचावत नाही आणि हाच फरक असतो साध्या योद्ध्यात आणि उत्कृष्ट योद्ध्यात.

हे विवेचन ऐकून एका विद्यार्थ्याने टिप्पणी केली, 'हे म्हणजे भविष्य जाणण्यासारखे आहे; जणू काही सर्वच गोष्टींचे भाकित करणं शक्य आहे.'

गुरूंनी यावर सहमती दर्शविली. ते पुढे म्हणाले, 'एकदा आपण आपल्या कृतीविषयी आणि तिच्या संभाव्य परिणामांविषयी जागरूक झालो की, भविष्य कळतेच कळते. असे असले तरी कधीही गोष्टी गृहीत धरू नयेत. काही गोष्टी पुढे जाऊन कसे वळण घेतील हे आपण कधीच सांगू शकत नाही. किंबहुना, तुम्ही शत्रूचा अभ्यास करता त्याच वेळी तोदेखील तुमचा अभ्यास करत असतो. अशा प्रकारे आपण नेहमीच सतर्क आणि जागरूक राहिले पाहिजे. कारण, शत्रूसुद्धा भविष्याचा अंदाज बांधण्यास आणि त्याचा फायदा घेण्यास इच्छुक असतो.'

एका विद्यार्थ्याने अत्यंत रंजक प्रश्न उभा केला : 'रणनीतीमध्ये पारंगत होण्यासाठी काय करावे, तसेच कृती आणि त्यांचे परिणाम यांविषयी कसे जाणून घ्यावे?'

चाणक्याने प्रत्युत्तर दिले, 'अशी काही तंत्रे होती, ज्या तंत्रांमध्ये रणनीती विकसित करण्यात आली होती. त्यांचे बारकावे अर्थशास्त्र या ग्रंथात लिहून ठेवले आहेत.' आपल्या *अर्थशास्त्र* या ग्रंथाचा उल्लेख करून त्याने काही युक्त्या सांगितल्या.

स्वाध्याय, वृद्ध-संयोग आणि आन्वीक्षिकी या तंत्रांद्वारे, रणनीतीत तरबेज होण्यासाठी आवश्यक अशी धोरणी मानसिकता अंगीकारता येते, याविषयी बोलण्यास चाणक्याने सुरुवात केली. नंतर ही तंत्रे त्याने समजावून सांगितली.

स्वाध्याय म्हणजे अभ्यास करणे. भूतकाळातील 'नोंदणी असलेल्या रणनीती आणि लेखी दस्तऐवज' यांचा आपण अभ्यास केला, तर आपल्यासारख्याच परिस्थितीमध्ये इतरांनी काय केले हे आपल्याला शिकता येईल, समजून घेता येईल. या विषयातील गुरूंच्या युद्ध रणनीतींतील जाणत्या ज्ञानाचा आणि अनुभवांचा आपल्याला प्रत्यक्ष उपयोग होईल. अशा निष्ठावंत गुरूंना, युद्धाची तयारी कशी करावी आणि युद्ध संपल्यानंतर काय करावे याची पूर्ण कल्पना होती. आपण अशा उदाहरणांचा अभ्यास करतो, तेव्हा इतरांच्या अनुभवांतून अनेक गोष्टींविषयी आपल्याला समग्र माहिती जमवता येते आणि याचा उपयोग धोरणात्मक विचारांची बांधणी करण्यासाठी होतो. मग इतरांच्या कल्पनांची मदत घेऊन आपण आपल्या स्वतःच्या कल्पनासुद्धा विकसित करू शकतो.

चांगले योद्धे अशाच पद्धतीने काम करतात. ते आपली स्वतःची रणनीती तर आखतातच शिवाय इतर योद्ध्यांचा तसेच त्यांनी वापरलेल्या

पद्धतींचा अभ्यास करतात. चांगल्या योद्ध्याची निरीक्षणशक्ती तीक्ष्ण असते आणि ते इतर तज्ज्ञांकडून शिकतात.

अभ्यासामुळे आपले मन विविध शक्यतांचा विचार करते. भूतकाळात केलेली चूक आपण पुन्हा करत नाही. भूतकाळातील रणनीतीच्या आधारावरच भविष्यकाळात उपयोगी पडणारी रणनीती तयार होते.

वृद्ध संयोग या पद्धतीमध्ये युद्धातील तज्ज्ञांना भेटण्याची आणि त्यांच्याकडून शिकण्याची आवश्यकता असते. त्यांच्याबद्दल फक्त अभ्यास करण्यापेक्षा अशी भेट घेणे कधीही चांगले. रणांगणावर जित्याजागत्या आख्यायिकाच बनून राहिलेले हे योद्धे अनुभवी असतात आणि त्यांनी युद्ध अगदी जवळून पाहिलेले असते. अशा तज्ज्ञांना समोरासमोर भेटणे हे त्यांच्यावरील लिखित दस्तऐवजाचा अभ्यास करण्यापेक्षा कितीतरी पटींनी अधिक फायदेशीर असते. आपण त्यांच्याशी अनेक बारकाव्यांवर चर्चा करू शकतो, तसेच त्यांना प्रश्न विचारून आपल्या शंकांचे निरसन करून घेऊ शकतो. ज्या गोष्टी आपल्याला पुस्तके हातात धरून करता येत नाहीत, त्या आपण एखाद्या तज्ज्ञाच्या उपस्थितीत करू शकतो.

आन्वीक्षिकी हे विचार करण्याचे शास्त्र आहे. चाणक्याचा हा अत्यंत प्रिय असा विषय. योग्य रीतीने विचार करता आला तरच अधिकाधिक चांगली रणनीती विकसित करता येते. विचार करणे अवघड असते. आपल्याला धोरणात्मक विचार करण्याची सवय लावावी लागते. अगदी स्वाध्याय आणि वृद्ध संयोगदेखील आन्वीक्षिकी शिवाय अपूर्ण आहेत.

हे सगळे ऐकूनही, आन्वीक्षिकीचा अर्थ विद्यार्थ्यांच्या लक्षात आला नाही तेव्हा आचार्यांनी हीच संकल्पना वेगळ्या पद्धतीने स्पष्ट केली. आपण जमवलेली सर्व माहिती तसेच तज्ज्ञांचे अनुभव यांचा अगदी कसून आणि तर्कनिष्ठ पद्धतीने विचार कसा करावा हे आचार्यांनी स्पष्ट करून सांगितले. आपल्याकडील या सर्व माहितीचा अर्क काढून ती आत्मसात करण्यासाठी लागणाऱ्या सखोल विचारप्रक्रियेवर त्यांनी चर्चा केली.

केवळ माहिती गोळा करणे, नवीन कल्पना मिळवणे, इतरांनी सुचवलेल्या एखाद्या वेगळ्या मुद्द्याचे किंवा पैलूचे आकलन होणे एवढेच पुरेसे नाही, तर त्यावर चिंतन करणे आणि सूक्ष्म पातळीवर त्याचा गांभीर्याने विचार करणे आवश्यक असते. त्याचप्रमाणे एखाद्या कल्पनेचा प्रत्यक्षात उपयोग कसा करता येईल, यावर विचार करणेदेखील तेवढेच महत्त्वाचे असते.

हीच बाब आचार्यांनी, गाईचे उदाहरण देऊन अजून सोपी करून सांगितली.

गाय दिवसा गवत खाते आणि नंतर विश्रांतीच्या वेळी याच गवताचे चर्वण करते, हे तुम्ही कधी पाहिले आहे का? गवताचा कण अन् कण जिरवेपर्यंत गाय रवंथ करते. ती गवत फक्त गिळत नाही तर त्याचे दीर्घकाळ चर्वण करून त्याचे योग्य पचन होईल, याची खात्री करून घेते.

अशाच प्रकारे आपण विचार केला पाहिजे. एखादा मुद्दा घ्यावा आणि इतरांच्या जाणतेपणातून त्या मुद्द्याचा नवीन पैलू टिपता येत नाही, तोपर्यंत त्यावर पुन्हा पुन्हा विचार करत राहावा.

शक्तींचे विविध प्रकार

एखाद्या माणसाला शक्तिशाली कोण बनवते? आणि अशी कोणती शक्ती आहे जी माणसाला खऱ्या अर्थाने यशस्वी बनवते?

अधिकाराच्या स्थानामुळे, खुर्चीमुळे किंवा पदामुळे मिळणाऱ्या शक्तीला चाणक्याने कधीच अंतिम शक्ती मानले नाही. एखादा माणूस राजा असू शकतो किंवा एखाद्या देशाचा अथवा समाजाचा नेता असू शकतो, तरीही पदच्युत होण्याची भीती त्याला नेहमीच असते. खरी शक्ती कशात आहे हे जेव्हा एखाद्याला कळते, फक्त तेव्हाच तो कायमचा अपराजित राहतो.

युद्धामध्ये तसेच हाती घेतलेल्या सर्वच गोष्टींमध्ये, अंतिम यशापर्यंत नेणाऱ्या या शक्ती चाणक्याने स्पष्ट केल्या आहेत.

तो म्हणतो : 'यश त्रिसूत्री असते. सल्लामसलत करण्याची क्षमता वापरून मिळवता येते ते सामोपचाराचे यश, पराक्रमाने मिळवता येते ते पराक्रमी यश आणि जे उत्साहरूपी शक्तीने मिळवता येते ते चैतन्यमय यश.'

– *अर्थशास्त्र* (६.२.३४)

संस्कृतमध्ये या शक्तींना मंत्रशक्ती, प्रभुशक्ती आणि उत्साहशक्ती असे म्हणतात.

शक्तींच्या या प्रकारांकडे आता सविस्तर पाहू या.

१. मंत्रशक्ती

मंत्री हा शब्द 'मंत्र' या मूळ शब्दापासून आला आहे. मंत्र शब्दाचा अर्थ सल्ला. अशा प्रकारे एखाद्या राज्याच्या चांगल्या मंत्र्याचे खरे कर्तव्य म्हणजे आपल्या राजाला एक पक्का आणि सुजाण सल्ला देणे. असा सल्ला ज्यायोगे राजाच्या शक्तीचे रूपांतर त्याच्या खऱ्या सामर्थ्यात होईल.

यासाठी चाणक्य असे सुचवतो की, नेत्याने नेहमी आपल्यापेक्षा सरस लोकांच्या वर्तुळात राहावे. असे मंत्री जे त्याला ठाम आणि निःस्वार्थी सल्ला देतील. एखाद्या माणसाचे व्यक्तिमत्त्व विकसित होण्यात, त्याला सल्ला देणाऱ्या लोकांचा वाटा असतो. माणसाची संगतच त्याला खऱ्या अर्थाने घडवते.

एक प्रसिद्ध म्हण आहे, 'तुमच्या सभोवती तुम्ही जमवलेल्या पाच माणसांची सरासरी काढलीत, तर येणारे उत्तर म्हणजेच तुम्ही असता.' याचाच अर्थ असा की, जे लोक आपल्या भोवती आहेत त्यांचा प्रभाव आपल्यावर आणि आपल्या विचारसरणीवर पडतो. लहानपणापासूनचा विचार केल्यावर असे लक्षात येते की, आज आपण जसे आहोत तसे घडण्यामध्ये, आपल्या प्रियजनांचा, आपल्या मित्र-मैत्रिणींचा, आपल्या आजूबाजूच्या वातावरणाचा अत्यंत जवळून प्रभाव पडलेला आहे. आपण आपल्या आसपासच्या वातावरणात बदल केला आणि आपले निकटचे वर्तुळ बदलले की, त्याच क्षणी आपले विचारसुद्धा बदलतात आणि आपण संपूर्णपणे वेगळे होतो.

कोणत्या प्रकारचे लोक आणि सल्लागार आपल्यासाठी आवश्यक आहेत याचा आपण काळजीपूर्वक विचार केला पाहिजे. चाणक्य म्हणतो की, राज्याचे मंत्री अत्यंत काळजीपूर्वक निवडण्यात यावेत. कारण, राजाची खरी शक्ती त्यांच्यातच सामावलेली असते. त्यांच्याकडून राजाला मिळणाऱ्या सल्ल्यात सामावलेली असते.

ज्यांना चांगला सल्ला मिळतो अशा सामान्य लोकांचीही यशाची कमान चढती राहते, तर अत्यंत बुद्धिमान असणारे लोक चांगल्या सल्ल्याअभावी चुकीच्या मार्गाला लागतात म्हणूनच युद्धपरिस्थितीत योग्य असा धोरणात्मक सल्ला मिळणेसुद्धा महत्त्वाचे असते. जो तज्ज्ञांचा सल्ला ऐकतो आणि अमलात आणतो तो विजेता ठरतो.

कृष्णाने अर्जुनाला दिलेल्या सल्ल्यामुळे महाभारताच्या युद्धामधील हार आणि जीत यांचे फासे कसे पालटले हे आपण आधीच्या प्रकरणांमध्ये पाहिले. कौरवांकडे पांडवांपेक्षा बलाढ्य सैन्य होते; परंतु पांडवांनी ज्ञानी जनांनी योग्य वेळी दिलेला अचूक सल्ला अनुसरला आणि त्यामुळे ते विजयी ठरले. दुसऱ्या बाजूला, कौरवांकडेसुद्धा भीष्म आणि विदुर यांच्यासारखे चांगले सल्लागार होते. या जाणत्या माणसांचा सल्ला न ऐकल्यामुळे त्यांना युद्धाची किंमत मोजावी लागली. शकुनी हा त्यांचा प्रमुख सल्लागार अत्यंत स्वार्थी आणि कपटी होता. परिणामी कौरवांना योग्य आणि अयोग्य यामध्ये फरक करता आला नाही. चांगला सल्ला आणि वाईट सल्ला, तसेच योग्य सल्ला आणि अयोग्य सल्ला यामध्ये फरक करू शकणारी एक मूलभूत बुद्धिमत्ता युद्धात उतरणाऱ्या प्रत्येक व्यक्तीकडे असली पाहिजे. असे झाले तरच मिळालेल्या सल्ल्याचा फायदा करून घेणे शक्य होते. इतरांकडून शिकत राहण्यासाठी विनयशीलता हा गुणदेखील अंगी बाणवला पाहिजे.

एखादा माणूस वाटेत भेटला म्हणून त्याला आपल्या सल्लागारपदी नेमू नये, तसेच भेटणाऱ्या प्रत्येकाचा सल्लादेखील ऐकू नये. सल्ला मागणाऱ्या व्यक्तीचे गुण पारखून घ्यावेत म्हणजे आपल्याला मिळणारा सल्ला हा एक सशक्त सल्ला असल्याची खात्री पटेल. *अर्थशास्त्रामध्ये,* योग्य सल्लागार शोधण्यासाठी चाणक्याने अनेक युक्त्या सांगितल्या आहेत, तसेच सूचनाही दिल्या आहेत.

चांगल्या सल्लागाराचे गुण कोणते?

चाणक्याने सांगितल्याप्रमाणे चांगल्या सल्लागाराचे अनेक गुण आहेत; परंतु ज्याचा सल्ला तुम्हाला जिंकायला आणि यशस्वी व्हायला मदत करतो तोच खरोखर चांगला सल्लागार. कारण, शेवटी निकाल महत्त्वाचा असतो. आपल्याला हवे तसे परिणाम मिळाले तर आपला सल्लागार उत्तम सल्लागार असल्याचं सिद्ध होतं. मिळालेल्या एकाही सल्ल्याचा उपयोग होत नसेल, तर असा सल्लागार काय कामाचा?

मिळालेला उत्तम सल्ला, योग्य प्रकारे अनुसरला नाही तर तो दोष सल्ला घेणाऱ्या व्यक्तीचा असतो. तथापि, ज्या सल्ल्यामुळे परिणामच साध्य होत नाही तो चांगला सल्ला नसतो म्हणून चांगल्या सल्लागाराचा पहिला आणि सर्वांत महत्त्वाचा गुण म्हणजे त्याने फक्त वैचारिक किंवा सैद्धान्तिक सल्ला देऊ नये; तर प्रत्यक्षात आणता येणारा आणि त्यावर आधारित कृती करता येईल, असा सल्ला द्यावा.

उदाहरणार्थ, समजा युद्ध परिस्थितीत एखाद्याला 'सर्वोत्तम शस्त्रास्त्रे वापरून शत्रूशी लढा' असा सल्ला मिळाला, तर हा एक चांगला सल्ला आहे; परंतु समजा वास्तवात त्या राजाला सर्वोत्तम शस्त्रास्त्रे घेणे परवडत नसेल तर त्याने काय करावे? यावर सल्लागार 'सर्वोत्तम शस्त्रास्त्रे आणाच' असे म्हणून मोकळा होऊ शकत नाही. कारण, हा अट्टहास पूर्ण न होण्याची शक्यताच जास्त असते, तर मग पुढचा उत्तम सल्ला काय असेल? असलेल्या शस्त्रास्त्रांचाच उपयोग करून घेता येईल का? किंवा सर्वोत्तम शस्त्रास्त्रांऐवजी दुसरी एखादी अधिक चांगली पद्धत युद्ध जिंकण्यासाठी वापरता येईल का?

चांगल्या सल्लागाराचा पुढचा महत्त्वाचा गुण म्हणजे त्या क्षेत्रातील अनुभव. सल्ला देणाऱ्या व्यक्तींनी स्वतः उपयोगात आणलेला सल्ला हा सर्वोत्तम सल्ला असतो. तो कामी येतो की नाही हे त्यांना चांगलेच ठाऊक असते. उदाहरणार्थ, पूर्वी एखाद्या युद्धात एखाद्या व्यक्तीने शत्रूला पराभूत केले असेल तर तो स्वतःच्या या संपन्न आणि सिद्ध अनुभवांचे बोल आत्मविश्वासाने सांगू शकतो.

सल्लागाराच्या जुन्या अनुभवापेक्षा आत्ताचे युद्ध संपूर्णपणे वेगळे असू शकते, तरीही त्याचा अनुभव महत्त्वपूर्ण ठरतो. तो आत्ताच्या परिस्थितीला एक नवीन परिमाण देऊ शकतो; सद्यःस्थितीमध्ये उपयोगी पडतील आणि प्रत्यक्षात आणता येतील, अशा काही सूचना तो देऊ शकतो. चांगल्या सल्लागाराचा अजून एक महत्त्वाचा गुण म्हणजे त्याने दिलेल्या सल्ल्यामध्ये स्वार्थ नसावा. अधिकाराच्या पदावरील माणसाला दिलेल्या सल्ल्यात अनेकदा काहीतरी छुपा कार्यक्रम असतो. सल्लागाराला त्यातून सत्ता किंवा पैसा यासारखा काहीतरी फायदा मिळवायचा असतो. अशा माणसावर विश्वास ठेवता येत नाही. वस्तुतः अशा प्रकारे देण्यात आलेल्या सल्ल्यास सल्लाच म्हणता येणार नाही. आपले कर्तव्य बजावताना सल्लागाराने पूर्णतः निःस्वार्थी असले पाहिजे. असे सल्लागार दुर्मीळच असतात आणि गरजेच्या वेळी शोधावे लागतात.

सल्लागाराचा अजून एक मौलिक गुण म्हणजे दिलेला सल्ला अमलात आणण्याबाबतीत त्याने आग्रही नसावे. सल्ला देताना तो स्पष्टपणे देण्यात आला तरीही त्याच्या अंमलबजावणीची बळजबरी करू नये. सल्ला देताना एक प्रकारची अलिप्तता आवश्यक असते. अनेकदा एखाद्या मोठ्या समस्येचे निराकरण सल्ल्याच्या योग्यायोग्यतेवर अवलंबून नसते, तर सल्ला

प्राप्त करणाऱ्याने त्याची अंमलबजावणी कशा प्रकारे केली यावर बऱ्याच गोष्टी अवलंबून असतात.

महाभारतात आपल्याला असे दिसून येते की, दुर्योधनाकडे अनेक चांगले सल्लागार होते. त्यांच्यामध्ये भीष्म, द्रोणाचार्य आणि विदुर यांचा समावेश होता. अगदी कृष्णानेसुद्धा युद्ध टाळण्यासाठी राज्याचा काही भाग पांडवांना देण्याचा सल्ला दुर्योधनाला दिला होता. आपला सल्ला प्रत्यक्षात आणला जावो अथवा न जावो सल्लागारांना परिस्थिती आहे तशीच स्वीकारावी लागते. आपला सल्ला स्वीकारला न जाण्याची शक्यताही त्यांना उदार मनाने मान्य करावी लागते.

...आणि जरी दुसऱ्या माणसाने तो सल्ला स्वीकारला आणि अनुसरला तरीही सल्लागाराने त्या प्रक्रियेमध्ये स्वतः न गुंतता एका प्रेरक साहाय्यकाची भूमिका निभवावी. यश मिळाले तरी चांगल्या सल्लागाराने म्हणावे, 'या सर्व यशामागे सल्ला अनुसरणाऱ्या माणसाचे कर्तृत्वच आहे.' सर्व गोष्टींचा विचार करता, सर्वोत्तम सल्लागार म्हणजे अत्यंत प्रगल्भतेने सशक्त सल्ला देणारा ज्ञानी, अनुभवी आणि जाणता माणूस; परंतु या सर्वांबरोबरच जोडीला मनाची अलिप्तता आणि दूरस्थपणाची जाणीव आवश्यक आहे. सल्लागाराला समस्येकडे काही अंतरावरून पाहता आले पाहिजे आणि त्याच वेळी समस्येच्या निकटही राहता आले पाहिजे.

अशा प्रकारे देण्यात आलेला सल्ला हा सशक्त सल्ला असतो. राजाकडे जेव्हा सल्लागारांचा असा अप्रतिम संघ असतो, तेव्हा तो खऱ्या अर्थाने शक्तिशाली ठरतो आणि अशी शक्ती कोणत्याही युद्धामध्ये खात्रीशीर विजय प्राप्त करून देते.

चाणक्याला त्याच्या एका विद्यार्थ्याने विचारले की, 'आपल्याला एकापेक्षा जास्त सल्लागार असू शकतात का?'

यावर त्याने ठामपणे सांगितले की, 'एकापेक्षा जास्त सल्लागार असणे हे कधीही चांगलेच. मात्र सल्लागार योग्य त्या प्रमाणातच असावेत. त्यांची संख्या खूप जास्तही नसावी आणि खूप कमीही नसावी. खूप सल्लागार असतील तर आपला गोंधळ उडेल; पण जर एकच सल्लागार असेल तर एकच दृष्टिकोन आणि एकच पैलू मांडणारे विचार आपल्यासमोर येतील.

त्यामुळे सल्लागारांची आदर्श संख्या ही तीन किंवा चार आहे. आपल्या समोरील विषयांवरचे वेगवेगळे दृष्टिकोन हे सल्लागार आपल्यासमोर मांडतील.

आपल्या समोरील विषयाचे नवनवीन पैलू सापडणे तसेच विचार करण्याचे पर्यायी मार्ग मिळणे आवश्यक असते.'

परंतु केवळ सल्लागारांची संख्या महत्त्वाची नसून, सल्ला देताना त्यांच्या ठायी असलेली प्रगल्भता, अनुभव आणि जाणते ज्ञान हे गुण अधिक महत्त्वाचे असतात, असा इशाराही चाणक्याने आपल्या विद्यार्थ्यांना दिला. सल्लागारांची संख्या आणि गुणवत्ता दोन्ही गोष्टी तितक्याच महत्त्वाच्या आहेत हे आचार्यांनी दाखवून दिले.

अशा प्रकारे उत्तम गुण अंगीकारलेले सल्लागार योग्य त्या संख्येत असल्यामुळे कोणत्याही राजाचे सामर्थ्य वाढत राहते. नेत्याला अधिक सामर्थ्यवान व्हायचे असेल तर सल्लागारही तेवढ्याच ताकदीचे हवेत.

'मंत्रशक्ती' ही अशी गोष्ट आहे जिच्याबाबतीत आपल्या विद्यार्थ्यांनी आयुष्यभर शिकत राहिले पाहिजे असे चाणक्याला वाटे. युद्धकलेमध्ये गोष्टी वेळोवेळी बदलत राहतात. युद्ध हा मनांचा खेळ असतो, सिंहासनांचा खेळ असतो तसेच तो काटेरी खेळही असतो. यापेक्षाही अधिक निश्चितपणे तो सत्तेचाच खेळ असतो.

आता या युद्धात म्हणजेच सत्तेच्या अंतिम खेळात विजयी होण्यासाठी सर्वोत्तम बुद्धिमत्तेला आपल्या बाजूस वळवू या. कारण, शेवटी युद्ध ही केवळ लष्करी बाब नाही तर ती एक बौद्धिक लढाईसुद्धा आहे म्हणूनच युद्धातील विजयाची खात्री करून घेण्यासाठी आपल्याकडे आपल्या बाजूने लढणारे सर्वोत्तम बुद्धिमत्तेचे योद्धे असले पाहिजेत.

२. पराक्रमाची शक्ती (प्रभुशक्ती)

पराक्रमी लोक शक्तिशाली असतात तर शक्तिशाली लोक पराक्रमी असतात.

असे विधान सर्वाधिक महत्त्वाच्या शक्तींपैकी एका शक्तीविषयी अर्थात पराक्रमाच्या शक्तीविषयी बोलताना चाणक्य करतो. या शक्तीला 'प्रभुशक्ती' असे म्हणतात. यामध्ये आपल्या बाह्य ताकदीचे प्रदर्शन केले जाते. बाह्य ताकदीमध्ये आपल्या खजिन्याचा आणि सैन्याचा अंतर्भाव होतो.

लष्करी आणि आर्थिक ताकद मिळून प्रभुशक्ती बनते. यातली एक जरी मिळवता आली तरी आपल्याला शक्तिशाली समजण्यात येते म्हणूनच आर्थिक आणि लष्करी असे दोन्ही प्रकारचे बळ एकवटते, त्या वेळी

आपल्याला प्राप्त होणाऱ्या शक्तीची कल्पनाच केलेली बरी. अशा शक्तिशाली राजाविरुद्ध युद्ध पुकारण्यापूर्वी एखादा शत्रू हजार वेळा विचार करेल.

आता आर्थिक शक्ती आणि लष्करी शक्ती यांच्याविषयी स्वतंत्रपणे समजून घेऊ या.

जगातील प्रत्येकालाच सहजगत्या ज्ञात असणारी बाब म्हणजे आर्थिक शक्ती. आधीच्या प्रकरणात पाहिल्याप्रमाणे युद्धे अनेक प्रकारची असतात. त्यातलाच एक प्रकार म्हणजे पैशाच्या ताकदीवर खेळली जाणारी व्यापारी युद्धे. आंतरराष्ट्रीय अर्थकारणावर नियंत्रण ठेवणारी, आर्थिकदृष्ट्या सबळ असणारी राष्ट्रे संपूर्ण जगावर नियंत्रण ठेवतात. त्यांच्या शब्दाला जागतिक परिषदांमध्ये मोठे वजन असते.

'अर्थ एव प्रधानः' – संपत्ती हीच प्रमुख आहे, असे कौटिल्याने म्हटले आहे. असे प्रगल्भ विधान करणारा चाणक्य अर्थतज्ज्ञ म्हणून प्रसिद्ध आहे. लोक ज्याला पटकन आणि सहज शरण जातात असे काहीतरी संपत्तीमुळे प्राप्त होणाऱ्या शक्तीमध्ये आहे हे चाणक्याला चांगलेच समजले होते. *संपत्तीमुळे येणाऱ्या ताकदीपुढे इतर सर्व शक्ती फिक्या पडतात.* खजिन्यावर ठेवलेला अंकुश म्हणजेच राज्यावर ठेवलेला अंकुश.

म्हणूनच सर्वप्रथम खजिन्यावर हल्ला करणे हा युद्धाच्या उद्देश्यांपैकी एक मुख्य उद्देश असतो. एकदा खजिन्याची लूट केली की, शत्रूला संपत्तीचा लाभ होतो आणि त्याचे सामर्थ्य वाढते. तथापि, जर खजिना सुरक्षित राहिला तर मात्र युद्ध लवकर संपत नाही.

अर्थात पूर्वीच्या काळी राज्यांकडे सोने, जडजवाहिर, दागिने अशी संपत्ती असे. आजकाल आपल्याकडे अशा प्रकारचा प्रत्यक्षात हाती येण्याजोगा खजिना नसतो. या खजिन्याची जागा आता बँक प्रणालीने घेतली आहे. विविध संख्या आणि आकडे, शिवाय जोडीला चलनी नोटा आणि आधुनिक स्वरूपाचे इतर व्यवहार ही बँक प्रणालीची वैशिष्ट्ये आहेत, तरीही या खजिन्यालाही सतत धोका असतो. हॅकिंग, सायबर गुन्हे आणि अशाच अनेक धोक्यांपासून बँकांना सुरक्षित ठेवणे हे आताचे उद्दिष्ट ठरते म्हणूनच या आधुनिक खजिन्याभोवती फायर वॉल आणि इतर प्रकारची तांत्रिक कवचे (शिल्ड्स) यांसारख्या सुरक्षा उपायांची बांधणी केली जाते.

देशाच्या यशाची हमी देण्यासाठी वर्धिष्णू असणारे अर्थकारण महत्त्वाचे ठरते. अर्थव्यवस्था जितकी मोठी तितकेच राज्य शक्तिशाली. चाणक्याने,

अर्थशास्त्र लिहिताना खजिन्यातील कर संपादन वाढवण्यासाठी योजता येतील अशा उपायांवर भाष्य केले तसेच खजिन्यामध्ये भर घालण्याकरता महसूल निर्मिती करणाऱ्या अनेक व्यवस्थांची ओळख करून दिली.

अगदी छोटी राज्ये आणि देशसुद्धा अर्थकारणाचा वापर आपले सर्वांत मोठे शस्त्र म्हणून करू शकतात आणि शक्तिशाली बनू शकतात. राज्याचा फक्त आकारच महत्त्वाचा नसतो, तर त्याच्या आर्थिक स्थितीमुळेही मोठा फरक पडतो. प्रचंड मोठी जमीन असणारे अनेक देश आपण पाहतो; परंतु भौगोलिकदृष्ट्या मोठे असणारे देश नेहमीच शक्तिशाली असतील असे नाही. उलट, दुसऱ्या बाजूला पाहिले तर सिंगापूरसारखा छोटा देश शक्तिशाली मानला जातो. याचे श्रेय अर्थातच तेथील दूरदर्शी आर्थिक धोरणांना जाते. अगदी थोड्याच कालावधीत सिंगापूरने जागतिक क्रमवारीत तिसऱ्या स्थानावरून प्रगती करत प्रथम स्थान पटकावले आहे.

या प्रगतीचे दुसरे कारण म्हणजे सिंगापूरला लाभलेले दर्जेदार नेतृत्व. 'ली कुआन यु' याने आधुनिक सिंगापूरची स्थापना केली आणि देशाला आर्थिकदृष्ट्या सबळ बनवण्यासाठी अनेक दशके कष्ट घेतले. सिंगापूरच्या नेतृत्वाने आर्थिक शक्तीला प्राधान्य दिले. अनेक शतकांपूर्वी चाणक्यानेदेखील हेच सुचवले होते. चांगल्या नेत्याने आपल्या देशाला सबळ करण्यासाठी आर्थिक सामर्थ्यावर लक्ष केंद्रित केले पाहिजे. सिंगापूरकडे असलेल्या सैन्याचा आकार लहान आहे. तथापि, आर्थिक सामर्थ्यामुळे त्याला मिळणारा फायदा त्याच्या सैन्याच्या आकाराची भरपाई करतो.

लष्करी शक्तीमध्ये पायदळ, नौदल, हवाई दल आणि निमलष्करी दले यांचा समावेश होतो. एखाद्या देशाजवळ असलेली शस्त्रास्त्रे, तिथले सैनिक आणि त्यांना आज्ञा देणारे त्यांचे उत्कृष्ट सेनापती तसेच देशाचे प्रतिनिधित्व करणारे नेते या सर्वांनी मिळून त्या देशाची लष्करी शक्ती तयार होते. या शक्तीमुळे देशाचे बळ वाढते.

सशक्त सैन्य आणि चांगले सेनापती यांची आवश्यकता असतेच; परंतु केवळ इतकेच पुरेसे नसते. युद्धात वापरण्यात येणारी रणनीतीदेखील तेवढीच महत्त्वाची असते. लष्करामध्येसुद्धा विचारवंतांचे गट आणि सल्लागार असतात. यामुळे लष्कराला बौद्धिक बळ मिळते. या बौद्धिक बळावरच लष्कराची कामगिरी ठरते. लष्कराची अजून एक शक्ती म्हणजे माहिती गोळा करणे. लष्करामध्ये अनेक गुप्तचर व्यवस्था अंतर्भूत असतात. आजूबाजूला

सातत्याने घडणाऱ्या घडामोडींच्या बातम्या त्या गोळा करतात. शत्रूच्या गोटातील गप्पाटप्पा, अफवा आणि चर्चा यांवर बारकाईने लक्ष ठेवण्यात येते. वेळोवेळी ही माहिती शत्रूविरुद्ध वापरण्यात येते.

लष्करी शक्तीचा दुसरा महत्त्वाचा पैलू म्हणजे शस्त्रास्त्रे. शत्रूकडे शस्त्र असेल तर आपल्याकडे त्यापेक्षा वरचढ शस्त्र हवे. आपल्याकडे शस्त्रास्त्रे नसतील तर शत्रू आपला सहज पाडाव करू शकतो म्हणूनच आजच्या काळात, लष्करी सामर्थ्य सिद्ध करण्यासाठी आपल्या शस्त्रागारात आण्विक शस्त्रांचीसुद्धा आवश्यकता असते.

पूर्वीच्या काळी, योद्धे तपश्चर्या करून देवांकडून दैवी शस्त्रास्त्रे मिळवत आणि या दिव्य शस्त्रांचा किंवा दैवी अस्त्रांचा त्यांना शत्रू बरोबरील चढाओढीत फायदा होत असे. महाभारतात आणि रामायणात तपश्चर्या करून अशा दैवी अस्त्रांचा संग्रह करणारे निरनिराळे योद्धे आढळतात. हीच अस्त्रे नंतर शत्रूविरुद्ध वापरली जात. 'प्रभू' म्हणजे नेता. याचा अर्थ देव किंवा ईश्वर असाही होतो. प्रभू-शक्ती विकसित करणे आवश्यक आहे. आर्थिक आणि लष्करी सामर्थ्य असणारा माणूस सहजगत्या पराभूत होत नाही आणि अशा शक्तीला स्वनियंत्रणाचा लगाम घालून ती टिकवून ठेवली तर त्या माणसाला कायमची सत्ता प्राप्त होते. या जगात पराक्रमाच्या शक्तीचा पाडाव करू शकणारी शक्ती दुर्मीळच.

आपल्याकडे पैसा नसेल आणि लष्करी ताकदही नसेल तरीही आपण शक्तिशाली होऊ शकतो का? हा प्रश्न आपल्याला विचारात पाडेल. एखाद्याची आर्थिक बाजू बळकट नसतानाही त्याला सत्तेमध्ये यायचे असेल तर काय? सुरुवात होण्याआधीच त्याचा डाव संपेल काय?

अजून एक तिसऱ्या प्रकारची शक्ती आहे, जी सर्वाधिक महत्त्वाची आहे. आपल्याकडे काही नसतानादेखील आपण विजयी होऊ शकतो. आपल्याला हे कसे करता येईल? शून्यातून सर्व काही कसे निर्माण करता येईल? इथे तिसऱ्या प्रकारची शक्ती आपल्या मदतीस येते. याला 'उत्साह शक्ती' अर्थात ऊर्जा शक्ती असे म्हणतात. एकदा एका विद्यार्थ्याने त्याच्या गुरूंना विचारले, 'एकटा माणूस काय करू शकणार?' यावर हसत गुरू म्हणाले,

'अगदी खरं सांगायच, तर फक्त एकटा माणूसच सर्वकाही करू शकतो.'

त्यांनी पुढे स्पष्ट केले, 'एखादा माणूस एकटा असेल तर विजय मिळवण्यासाठी आवश्यक असणाऱ्या योजनेसाठी पहिले पाऊल उचलेल आणि मग उरलेले सर्व जण त्याचे अनुकरण करतील. सुरुवात करणाऱ्या नेत्याला हळूहळू अनुयायी मिळत जातात आणि हे अनुयायीच त्याचे सैन्य बनतात. असे समर्पित अनुयायी आर्थिक सामर्थ्यदेखील निर्माण करतात.'

चेहऱ्यावर स्मित हास्य ठेवत गुरूंनी पुढे सांगितले, 'आता, तुमच्याकडे दुसरी कोणतीच शक्ती नसेल तर काय? तुम्हीच सर्व शक्तींमागची शक्ती आहात. ही शक्ती तुम्हाला तुमच्या अंतरंगातच गवसते. तुमच्यामध्ये सर्व शक्तिमान होण्याचे सामर्थ्य आहे. तुमच्या आतील नेत्याला हाक द्या; त्याला जागृत होण्याचे आवाहन करा...'

चला, आता या उत्साह शक्तीचा सखोल अभ्यास करू या.

३. ऊर्जा शक्ती (उत्साह शक्ती)

'उत्साह' या संस्कृत शब्दाचे बरेच अर्थ आहेत. उमेद, असोशी, उत्साह, चैतन्य, जोम आणि इतरही. भाषांतरित केले असता, इंग्रजीमध्ये मिळणारा महत्त्वाचा शब्द म्हणजे 'एनर्जी अर्थात ऊर्जा.'

आपल्या सोयीसाठी आणि समजुतीसाठी आपण उत्साहाकडे एक प्रकारची ऊर्जा म्हणून पाहू या. अर्थात असे म्हणता येईल की, उत्साह म्हणजे ऊर्जेतून निर्माण होणारी शक्ती. केवळ एखाद्या व्यक्तीची शक्ती म्हणून तिला समजून घेता येणार नाही. एखाद्या नेत्याची शक्ती या स्वरूपात तिला अधिक चांगल्या प्रकारे समजून घेता येईल.

राजा उत्साही असेल तर प्रजेमध्येदेखील उत्साह संचारेल. राजा मंद आणि आळशी असेल तर त्याचे प्रजाजनसुद्धा आळशी होतील, असे चाणक्य म्हणतो. नेत्याची ऊर्जा हीच सर्व संघाची ऊर्जा. नेत्याचा वेग हाच त्याच्या संघाचासुद्धा वेग.

'उथ' या शब्दापासून संस्कृतमधील 'उत्साह' हा शब्द उत्पन्न झाला. याचा अर्थ 'उभे राहा, जागृत व्हा'. स्वतःचा उत्कर्ष घडवणे हेच यातून सुचवले जाते म्हणूनच अंगात ऊर्जा असेल तर आपण उठून उभे राहू शकतो आणि स्वतःची उन्नती साधू शकतो. कदाचित, आपली वर्तमान स्थिती अत्यंत वाईट असेल. ती अजिबात उत्साहवर्धक नसेल आणि आपल्यासाठी

फायदेशीरही नसेल. तथापि, आपण उठून गोष्टी ताब्यात घ्यायचे ठरवले, तर परिस्थितीत सुधारणा व्हायला सुरुवात होते.

एखादा माणूस निराश होऊन काहीही न करता बसून राहिला तर सुधारणेला काहीच वाव राहत नाही. अशाने परिस्थिती अधिकच बिघडत जाईल. एकदा माणसाने कृती करायची ठरवली की, आशेचा जन्म होतो. आशेचे कृतीमध्ये रूपांतर केले पाहिजे. एक चांगली कृतिशील योजना आपल्याला यशापर्यंत घेऊन जाते.

चाणक्य सांगतो की, एखादा नेता जेव्हा प्राप्त परिस्थितीमध्ये सुधारणा करण्यासाठी काहीतरी करायचे ठरवतो तेव्हाच त्यात सुधारणा होते.

नुसतेच स्वस्थ बसून आपण आपल्या समस्यांना कुरवाळत राहू नये. समस्या आपोआप नाहीशा होत नाहीत. असे होणे हे फक्त एक दिवास्वप्न असते. समस्या सोडवण्यासाठी माणसे लागतात. माणसे समस्येची पकड घेतात तेव्हाच समस्या आपल्याला उपाय सुचवायला सुरुवात करतात. आपण कृती केली नाही तर जसा वेळ जाईल तशा समस्या अधिक बिकट होत जातात.

एक प्रसिद्ध म्हण आठवा, 'वेळेत घातलेला एकच टाका पुढचे नऊ टाके वाचवतो.' समस्यांच्या बाबतीत हे अगदी खरे आहे. समस्या दिसताक्षणीच कलिका रूपातच तिला खुडून टाकले पाहिजे. नुसतेच विचार करत बसू नये, नाहीतर समस्या अधिकाधिक मोठी होत जाईल.

जेव्हा अलेक्झांडर भारतात आला तेव्हा भारतातील इतर सर्व राजे शांतपणे बसून राहिले. जगजेता होण्याचे त्याचे स्वप्न त्यांना ठाऊक नव्हते, असे नाही. तो भारतात येऊन धडकल्याची आणि त्याने पोरसचा पराभव केल्याची खबरही त्यांना लागली होती; परंतु येथील राजांना या समस्येचे गांभीर्यच समजले नाही. त्यातील अनेकांनी या समस्येकडे अजिबातच लक्ष दिले नाही. वस्तुतः त्यांनी या समस्येला दुसऱ्याच कोणाचीतरी समस्या मानले.

चाणक्याने हीच समस्या ओळखली आणि अलेक्झांडरविरुद्ध एक सक्रिय योजना घेऊन तो पुढे आला. त्याच्याकडे तशा बिकट परिस्थितीत उठून उभं राहण्याची आणि समस्येला समोरासमोर जाऊन भिडण्याची ऊर्जा होती. चाणक्याने पहिले पाऊल उचलले नसते, तर संपूर्ण देश अलेक्झांडरच्या अखत्यारीत आला असता. चाणक्याची ऊर्जा आणि उत्साह यामुळे देशाचे रक्षण झाले.

उत्साहशक्तीचा अजून एक रंजक पैलू म्हणजे ती इतरांपर्यंत पोहोचवता येते. उत्साह हा संसर्गजन्य असतो. उत्साही माणूस इतरांनाही प्रेरित करतो. प्रेरणेतूनच प्रेरणेचा जन्म होतो. ही प्रक्रिया एका साखळी प्रक्रियेसारखी असते. एक उत्साही माणूस दुसऱ्याला उत्साही करतो आणि क्षणात तेथील सर्व वातावरणच शक्तिशाली बनते.

प्रेरणादायी नेता आपल्या संघातील अनेकांना प्रेरित करतो. आपल्या कार्यात तो अनेकांना एकत्रितपणे सामावून घेतो. जेव्हा या कार्याला दूरदृष्टीची जोड मिळते, तेव्हा बदल घडतो. त्याने पाहिलेले संपूर्ण स्वप्न आणि त्याची ऊर्जा यांचे क्षणार्धातच एका ठोस परिणामात रूपांतर होते.

युद्धांमध्येसुद्धा शत्रू जर आपल्यापेक्षा बलवान आणि पराक्रमी असेल तर?

कदाचित, आपल्याकडे सर्वोत्तम शस्त्रास्त्रे नसतील, आपल्याकडे पैसाही नसेल; पण आपल्याकडे 'आपण' असू. ज्याच्यावर अवलंबून राहता येईल असे आपण स्वतःच आपल्याकडे असू. जेव्हा आपण सुरुवात करू तेव्हा इतर सर्व गोष्टींना सुरुवात होईल. बर्फाळ प्रदेशात खाली घरंगळत जाणाऱ्या एखाद्या बर्फाच्या गोळ्याचा आकार वेगाने वाढत जातो. अगदी त्याच स्वरूपाचा परिणाम ऊर्जेच्या बाबतीतसुद्धा अनुभवायला मिळतो. अशाच प्रकारे उत्साह-ऊर्जेचे स्वरूप इतके बलशाली बनते की, प्रतिस्पर्धी त्याखाली दबून शरण येतो किंवा आपल्या जोशपूर्ण शत्रूकडून पराभूत होतो.

अशा प्रकारे महान नेत्यांनी लढाया लढल्या. त्यांच्याजवळ उत्साहाची ताकद होती, ऊर्जा शक्ती त्यांच्या बाजूने लढत होती. त्यामुळे त्यांनी युद्धात विजय प्राप्त केलाच शिवाय त्यांना देशाची प्रगतीदेखील साधता आली.

चला, चाणक्याने आपल्यासाठी शक्तींच्या ज्या तीन प्रकारांची संकल्पना मांडली त्यांचा सारांश पाहू या. मंत्रशक्ती, प्रभुशक्ती आणि उत्साहशक्ती अशी त्यांची नावे आहेत. आपल्याकडे यातील एक जरी शक्ती असेल तरी आपण यशस्वी होतो.

तथापि, या तीनही शक्ती प्राप्त केल्या तर जगातील कोणताही शत्रू आपला पराभव करू शकत नाही. या तिन्ही शक्तींचे अस्तित्व शत्रूचे खच्चीकरण करते आणि युद्धाच्या आधीच पराभूत मनःस्थितीत तो युद्धासाठी उभा राहतो म्हणूनच सदासर्वकाळ शक्तिशाली आणि अपराजित राहण्यासाठी या तिन्ही प्रकारच्या शक्ती आपण मिळवू या.

श्रेष्ठ माणसांच्या सल्ल्यानुसार, आपण युद्धातील आपल्या रणनीती आखल्या पाहिजेत. आर्थिक शक्तीच्या साहाय्याने आपण श्रीमंत झाले पाहिजे. लष्कराच्या पराक्रमाबरोबरच, आपल्याकडे शस्त्रास्त्रांनी सुसज्ज असे सामर्थ्यवान सैन्य असले पाहिजे. शेवटी, आपल्याकडे उत्साह शक्ती आणि ऊर्जा असली पाहिजे.

महान आध्यात्मिक गुरू स्वामी चिन्मयानंद म्हणतात, 'तुम्ही हाती घेतलेल्या कोणत्याही कामात उत्साह इंधनाचे कार्य करतो. अखेरीस, उत्साहशक्तीच आपल्याला यशाकडे घेऊन जाते.'

प्रकरण १०

दैनंदिन जीवनातील लढाया जिंकण्याचे तंत्र आणि मंत्र

मी जे काही लिहितो, त्या सर्व लेखनातून निर्माण होणारा एक मार्मिक प्रश्न म्हणजे – *माझ्या वाचकांच्या दृष्टीने चाणक्याचे जाणते ज्ञान सुसंगत आहे काय?*

या महान शिक्षकाचे माझ्याकडून केवळ उदात्तीकरण होऊ नये, यासाठी मी प्रयत्नांची पराकाष्ठा करतो. होय. तो एक महान माणूस होता जो साधारण २४०० वर्षांपूर्वी या जगात होता; परंतु त्याची शिकवण आजही दुमदुमत आहे.

तो खऱ्या अर्थाने एक तत्त्वज्ञ आणि शिक्षक होता; परंतु भारतीय तत्त्वज्ञानाचा फायदा म्हणजे काळाच्या कसोटीवर त्याचा कस लागत राहिला आणि पुढेही लागत राहील. हे तत्त्वज्ञान कालसुसंगत आहे का आणि पूर्वीच्या अनेक पिढ्यांना मिळाले तसेच फायदे आतादेखील मिळतात का यावर प्रत्येक पिढीतील लोक वादविवाद तसंच चर्चा करतात.

तथापि, भारतीय विचारवंतांना आणि तत्त्वज्ञांना स्व-गौरवात अडकणे तसेच गतकाळाच्या उदात्तीकरणावर विसावणे आवडत नव्हते, हे इतिहासाने दाखवून दिले आहे. त्यांना वादविवाद आणि चर्चा करण्याची इच्छा होती. युक्तिवाद करा, आवश्यक असेल तर सहमती आणि असहमती दर्शवा. अशा स्वरूपाच्या चर्चांमधूनच, काहीतरी नवीन आणि एखाद्या विशिष्ट

पिढीशी सुसंगत असे मुद्दे निर्माण होतील. अशाच प्रकारे ज्ञानाचा विस्तार होतो, ते वृद्धिंगत होते आणि संदर्भ शोधत राहते. एक प्रकारे ज्ञानाचा काळाच्या कसोटीवर कस लागतो.

चाणक्याच्या जाणत्या ज्ञानाला आणि अनुभवाला हीच तत्त्वे लागू पडतात.

माझे पुस्तक प्रकाशित करणाऱ्या 'पेंग्विन रँडम हाउस इंडिया' या प्रकाशनसंस्थेत या पुस्तकावर चर्चा करत असताना मिली ऐश्वर्या या माझ्या संपादकांना मी विचारले, *चाणक्य अँण्ड आर्ट ऑफ वॉर* हे पुस्तक आपल्या पिढीशी सुसंगत ठरेल यासाठी काय करावे?

या प्रश्नाच्या अनुषंगाने आम्हाला एक कल्पना सुचली. दैनंदिन आयुष्यातील लढाया कशा लढाव्यात यासंबंधीच्या युक्त्या शेवटच्या प्रकरणात देण्याचे आम्ही ठरवले. प्रत्यक्ष जीवनात मौल्यवान ठरू शकणाऱ्या या प्रकरणाचा पुस्तकात समावेश केल्यामुळे संपादक मंडळास विशेष आनंद झाला.

आत्तापर्यंतच्या लेखनात, *अर्थशास्त्रामध्ये* वर्णन केलेली युद्धकला केंद्रस्थानी होती; परंतु आता, सध्याच्या पिढीची वस्तुस्थिती निराळी आहे. आपली पिढी खूप भाग्यवान आहे. आपल्यामध्ये खऱ्या अर्थाने युद्धाचे साक्षीदार हे तुरळकच आहेत.

विसाव्या शतकाने जागतिक महायुद्धांसारखी दोन मोठी युद्धे पहिली. यातून संयुक्त राष्ट्रसंघाचा उदय झाला आणि त्याने जागतिक पातळीवर मानवजातीचा विकास घडवून आणण्यासाठी परिश्रम घेतले; परंतु इतकी मोठी युद्धे अलीकडच्या काळात परत कधीही झाली नाहीत. यामुळेच मी या कालखंडाला 'मानवजातीचे चांगले दिवस' असे संबोधतो.

माझे अनेक मित्र सैन्यदलांमध्ये आहेत. ते लष्करात, नौदलात अथवा हवाईदलात 'करू किंवा मरू' अशा जोशासह भरती झाले होते; परंतु ते सगळेच एकही युद्ध किंवा लढाई न लढताच आता सेवेतून निवृत्त होत आहेत. त्यांच्याकडे सांगण्यासाठी 'आपल्या' अशा युद्धाच्या कथा नाहीत.

दुसऱ्या बाजूला या शांततापूर्ण काळाने सर्वाधिक संख्येने आत्महत्या पाहिल्या आहेत. हे खूपच विचित्र आहे. पूर्वी लाखो लोक युद्धामुळे मरत तर आता लाखो लोक 'स्वतःमधील' म्हणजेच आपल्या अंतःस्थ शत्रूंमुळे

मरत आहेत. जगामध्ये दर वर्षी हा आकडा वाढतच चालला आहे. लहान मुले, पौगंडावस्थेतील मुले यांपासून ते प्रौढांपर्यंत अनेक लोक अगदी सहजतेने जीवनातील आव्हानांपुढे हार मानतात. खरं तर आज तंत्रज्ञानाचा, संपर्क साधनांचा तुटवडा नाही. आपल्याला कोणत्याही माहितीपर्यंत अगदी सहज पोहोचता येते. सहजतेने पाहिजे तिथे प्रवास करता येतो. अशा सर्व सोयीसुविधा असूनदेखील या पिढीने जीवनाचे मूल्य इतके कमी करून का ठेवले आहे?

हे बघताना, मग आपण विचारात पडतो की, शत्रू आपल्या आतच तर नाही ना? ताणतणावांना तोंड देण्यासाठी आपण सज्ज नाही असे दिसून येते. आयुष्यातील साध्या-साध्या समस्याही आपल्याला हाताळता येत नाहीत. आपली पिढी एकटी पडली आहे. बाहेरील युद्धे कशी टाळावीत ही समस्या कदाचित आपण सोडवली आहे आणि त्याचे तंत्रही समजून घेतले आहे; परंतु दररोज आपल्या आत चालू असणाऱ्या युद्धांचे आणि संघर्षांचे काय?

नकारात्मक भावना, एखाद्या परिस्थितीत अडकून राहणारे आणि कोणतेच उत्तर मिळवू न शकणारे मन हे आपले अंतर्गत शत्रू आहेत. अशा आंतरिक शत्रूंना कसे ठार करायचे हे आपल्याला कोण शिकवेल? यातून दिसणारा सुटकेचा सरळ सोपा मार्ग म्हणजे आयुष्य समाप्त करणे. आत्महत्या हे समस्येचे उत्तर असू शकत नाही. ज्या लोकांनी आत्महत्या केली, त्यांचे चाणक्याने मुळीच कौतुक केले नाही. अर्थशास्त्रामध्ये, आत्महत्या करणाऱ्या लोकांसाठी कडक शिक्षा सांगितल्या आहेत. अंत्यसंस्कार नाकारणे यासारख्या कठोर शिक्षांचा त्यात समावेश आहे. कारण, आत्महत्या केली याचा अर्थ त्या व्यक्तीने हार मानली; जीवनाने उभ्या केलेल्या आव्हानांपुढे माघार घेतली, असा होतो.

जो आत्महत्या करतो, तो केवळ आपल्यापुढील समस्या प्रलंबित करतो, असे भारतीय संस्कृतीत मानले जाते. कारण, त्याच समस्यांना त्याला पुढील जन्मात तोंड द्यावे लागते आणि असे असेल तर मग याच आयुष्यात त्या आव्हानांना सामोरे का जाऊ नये?

आणि अगदी याच मुद्द्यापाशी चाणक्य आपल्या मदतीस येतो. त्याने आपल्याला बाहेरील शत्रूसाठी वापरण्याची युद्धकला शिकवली आहेच. तीच तत्त्वे आपण आपल्या आतील शत्रूच्या म्हणजेच आपल्या दुबळ्या मनाच्या पराभवासाठी वापरू शकतो.

'सकारात्मक राहा', 'सकारात्मक विचार करा' यांसारखी विधानं फक्त काही प्रमाणातच मदत करतात आणि आपण अनुभवत असलेल्या वेदनेला तात्पुरता आराम पडतो. बऱ्याचदा असे भाषिक नारे ही फक्त वरवरची मलमपट्टी ठरते.

प्रत्यक्षात उपयोगी पडतील असे काही ठोस उपाय शोधण्याची आवश्यकता असते. इथे दिलेल्या या पद्धतींचा माझ्या विद्यार्थ्यांना भरपूर फायदा झाला. तुम्हालाही त्यांचा खूपच चांगला उपयोग होईल, असे मी आत्मविश्वासाने सांगू शकतो.

चाणक्याने सांगितलेल्या या दहा युक्त्या आपल्याला कोठेही आणि कधीही वापरता येतील. त्या स्वतंत्रपणे उपयोगात आणता येतील किंवा एकत्रितपणेही वापरता येतील. सुरुवातीला त्या वरवरच्या वाटतीलही; परंतु त्यांचा सातत्याने उपयोग केला तर त्यांची फळे चाखायला मिळतील; ही बाब मनावर बिंबवण्याची आवश्यकता आहे. आपण आपले मन खंबीर केले आणि स्वभावतःच धोरणी झालो, तर आपण जगातील कोणतीही लढाई जिंकू शकतो.

१. कधीच एकटे लढू नका; आपल्या मित्राचे सहकार्य घ्या.

आयुष्य अनेक छोट्या-मोठ्या समरप्रसंगांनी भरलेले असते. आयुष्य म्हणजे जणू एक संघर्षच असे आपल्याला वाटते. सकाळी उठल्यापासून ते रात्री झोपेपर्यंत आपल्यासमोर अनेक समस्या उभ्या राहतात. जागेपणी समोरची परिस्थिती कशी हाताळायची हे आपल्याला ठाऊक नसेल तर आपली रात्रीची झोपसुद्धा उडते.

आपल्या पिढीला सतावणारी प्राथमिक समस्या म्हणजे ताणतणाव. ताणतणाव हे काही प्रमाणात नैसर्गिक असतात; परंतु त्यांना योग्य तऱ्हेने हाताळले नाही तर त्यांचे एका मोठ्या समस्येत रूपांतर होते आणि शेवटी हिच समस्या आपला नाश करते. आजकाल मानसिक आरोग्य हे आपल्या समोरील सर्वांत मोठे आव्हान झाले आहे. मानसिक आरोग्याची योग्य रीतीने काळजी घेतली नाही तर त्याचे नैराश्यात रूपांतर होऊन आत्महत्येची प्रवृत्ती बळावू शकते.

> आपल्या मित्राशी मनमोकळेपणाने बोलणे हा ताणतणाव निवारण्यासाठी चाणक्याने सुचवलेला अगदी सोप्यातला सोपा उपाय आहे.

आपल्या समस्या ज्याच्यापाशी व्यक्त करता येतील आणि आपले ताणतणाव ज्याच्याबरोबर वाटून घेता येतील, असा मित्र आपल्याजवळ असेल तर त्यामुळे आपल्या आयुष्यात अर्थपूर्ण फरक पडतो. ज्याच्याजवळ मनातलं गुज सांगता येईल, चर्चा आणि वादविवाद करता येतील आणि शेवटी ज्याच्यामुळे आपले मन प्रसन्न राहील, असा सोबती असावा असं वाटणं हा मनुष्यस्वभाव आहे. तंत्रज्ञान मानवी संभाषणाला पर्याय देऊ शकत नाही. बऱ्या-वाईट परिस्थितीत आपल्याला साथ देणाऱ्या मित्रांच्या सहवासाचे महत्त्व जाणून घेणे महत्त्वाचे आहे.

हाच सल्ला चाणक्याने राज्याची उभारणी करताना दिला. राज्याच्या सप्तांग प्रारूपाच्या वर्णनात सर्वांत महत्त्वाचा आधारस्तंभ म्हणजे मित्र. अगदी राजालासुद्धा त्याचा राज्यकारभार प्रभावीपणे चालविण्यासाठी मित्राची आवश्यकता असते. एखाद्या राज्याच्या नेत्यावर असणाऱ्या ताणतणावांची कल्पनाच केलेली बरी. तिला किंवा त्याला, त्या प्रांतातील सर्व लोकांना आनंदी ठेवण्याची जबाबदारी पार पाडावी लागते. प्रशासन हे तणावपूर्ण कार्य असते, तरीदेखील हा नेता शांत आणि स्थिर चित्ताने या आव्हानांसमोर कसा उभा राहतो?

राजाला एखाद्या समस्येवर उपाय सापडला नाही, तर तो मित्र पक्षातील एखाद्या राजाकडे जाऊन त्या समस्येविषयी चर्चा करू शकतो. या चर्चेतूनच एखादा उपाय पुढे येण्याची शक्यता असते.

मित्र फक्त श्रोत्याची भूमिका बजावत नाही, तर त्यापुढे जाऊन तो आपल्या मदतीस येतो. आपल्याला योग्य सल्ला देणारी आणि ज्यांच्यावर निर्धास्तपणे विसंबता येईल, अशी माणसे म्हणजे आपले मित्र.

२. ज्ञानी आणि सुजाण माणसांचे ऐका (वृद्ध संयोग)

आताच्या समाजात ज्येष्ठ नागरिक हा एक अत्यंत दुर्लक्षित गट आहे. परंपरेनुसार, भारतामध्ये एकत्रित कुटुंब पद्धती होती. या पद्धतीप्रमाणे घरातील वृद्ध माणसांचा कुटुंबातच समावेश होत असे. अलीकडे लोक या पद्धतीपासून दूर जाऊन विभक्त कुटुंब पद्धतीकडे वळत आहेत. कामावर जाणाऱ्या जोडप्यांना आणि एकल पालकत्वाचा स्वीकार केलेल्या माणसांना यामुळे खूप मोठ्या ताणतणावातून जावे लागते.

ज्येष्ठ नागरिक म्हणजे कुटुंबावर पडलेली खूप मोठी जबाबदारी असेच साधारणतः मानले जाते. वृद्ध लोकांची काळजी घ्यावी लागते, त्यामुळे मुलांचा धीर खचतो आणि पालक जेव्हा आजारी पडतात तसेच जेव्हा त्यांची उपयुक्तता संपते, तेव्हा त्यांचे ओझे होते. वैद्यकीय तसेच राहणीमानाचे खर्च सतत वाढतेच राहतात, त्यामुळे असाहाय्यता येते.

अशी तथाकथित 'जबाबदाऱ्यांची ओझीच', आपल्या सध्याच्या समस्यांवरचे उत्तर ठरेल काय? चाणक्य म्हणतो, होय! ज्येष्ठ नागरिक ही प्रत्येक पिढीला लाभलेली संपत्ती आहे. आपल्यासाठी त्यांनी जे केले त्याची परतफेड कशी करावी हे आपल्याला ठाऊक असले पाहिजे.

रोजच्या जीवनातील लढायांना सामोरे जाताना, ज्येष्ठ नागरिकांची खूप मदत होऊ शकते. ती कशी? ज्येष्ठ नागरिकांकडे वेळ आणि अनुभव अशा दोन्ही गोष्टी असतात. याच गोष्टीचा सर्वाधिक फायदा आपल्याला घेता येतो. तरुण पिढीकडे या दोन्ही गोष्टी नसतात, त्यामुळे वस्तुतः या दोन्ही पिढ्या एखाद्या जिग-सॉ कोड्यासारख्या एकमेकांशी तंतोतंत जुळतात. या दोन्ही पिढ्यांमध्ये चांगला समन्वय साधता येतो.

माझ्या पाहण्यातील एक उदाहरण सांगतो. एक अनाथाश्रम होता. तेथील मुलांना पालकांच्या प्रेमाविषयी ओढ होती. अगदी त्याच्याच समोर सुस्थितीतील मुलांच्या वयोवृद्ध, दुर्लक्षित पालकांसाठीचा वृद्धाश्रम होता. आपल्याला आपल्या आई-वडिलांचे, आजी-आजोबांचे प्रेम मिळावे असे अनाथाश्रमातील मुलांना वाटे आणि वृद्धाश्रमातील ज्येष्ठ नागरिकांना आपल्या नातवंडांच्या सहवासाची ओढ होती. एका बुद्धिमान समाज सेवकाने पुढे येऊन अनाथाश्रम आणि वृद्धाश्रम या दोन्हीचे एकत्रीकरण केले.

यानंतर झालेल्या परिवर्तनाची केवळ कल्पना करून बघा. ज्येष्ठ नागरिकांभोवती, अगदी उत्साही आणि धडपड्या लहान मुलांचा गराडा पडू

लागला. त्यांना आपल्या आयुष्यात परत एकदा आनंदाची वाट सापडली आणि लहान मुलांना जेवू-खावू घालणारी, प्रेमाने काळजी घेणारी मोठी माणसे मिळाली. त्यांच्या रूपाने आपले आई-वडील आणि आजी-आजोबाच त्यांना मिळाले.

या संकल्पनेतून वृद्ध संयोग - ज्येष्ठ व्यक्तींबरोबर सहयोग या विचाराला मूर्त रूप मिळते. आपल्या अपेक्षेपेक्षा कैकपट अधिक ते आपली काळजी घेतात. ज्येष्ठ लोकांना आयुष्याकडून काहीही अपेक्षा नसतात. याउलट नंतरच्या पिढीसमोर उभे आयुष्य असते; परंतु ज्येष्ठ नागरिक भावी पिढीला मार्गदर्शनासाठी पुढे येतात, तेव्हा दोघांचेही हित जपले जाते.

आपल्या कुटुंबातील ज्येष्ठ नागरिकांकडे दुर्लक्ष करू नका. त्यांना तरुणांची जेवढी गरज आहे तेवढीच आपल्या पिढीलाही त्यांची गरज आहे. दोन पिढ्यांमध्ये नेहमीच काही मतभेद असणार. हे अगदी नैसर्गिक आहे. तथापि, प्रेम हे सगळ्यावरचे उत्तर आहे. मानवी समाजाला प्रगतिपथावर नेणारी प्रेम ही एक विलक्षण गोष्ट आहे. प्रेमामुळे आपण आयुष्यातील प्रचंड मोठी युद्धे लढू शकतो. कुटुंब नसलेल्या माणसाने अर्धी लढाई आधीच हारलेली असते. आपल्या कुटुंबातील प्रत्येकाची काळजी घेतली जाते आहे ना आणि प्रत्येक जण विजयी होऊन बाहेर पडतोय ना, याची कुटुंबातील माणसं खात्री करून घेतात.

३. अधिकारी माणसाशी सौदा करताना त्याच्याहून मोठ्या अधिकाराच्या माणसाशी संपर्क ठेवा.

आडमुठ्या वरिष्ठ व्यक्तीच्या हाताखाली काम करताना आपल्याला नेहमीच निराशा येते. ज्यांनी हा अनुभव घेतला आहे, त्यांना मी काय म्हणतोय हे लक्षात येईल. असा अनुभव नसेल तर थोडीशी कल्पना करू या. समजा एकाच ऑफिसमध्ये वर्षानुवर्षं, दिवस-रात्र एक करून, काम करणारा माणूस आहे. एवढे कष्ट केल्यानंतरही त्याचे वरिष्ठ त्याच्या कामाविषयी असमाधान व्यक्त करतात.

संपूर्ण जगभर, असंख्य लोकांना आपल्या कामाच्या ठिकाणी अशा स्वरूपाच्या निराशेला तोंड द्यावे लागते. अशा दबावाखाली, प्रत्येक दिवशी ते आठ ते दहा तास काम करतात. त्यांचे वरिष्ठ त्यांच्या कामाने कधीच

समाधानी होत नाहीत. त्यांनी घेतलेले अगदी सर्वोत्तम परिश्रमसुद्धा पडद्याआड राहतात. जोपर्यंत नोकरी चालू आहे तोपर्यंत किंवा वरिष्ठ व्यक्तीची बदली होईपर्यंत प्रत्येक दिवस ही एक लढाईच असते.

मग या समस्येवर उपाय काय? सर्वांत सोपा मार्ग म्हणजे नोकरीचा राजीनामा देणे आणि दुसरी नोकरी शोधणे; पण याशिवाय अजून एखादा पर्याय आहे का? एक सभ्य मार्ग आहे. तो म्हणजे जीवनाचा भाग म्हणून अशा परिस्थितीचा स्वीकार करावा आणि तसेच काम करत राहावे. एक प्रसिद्ध म्हण आहे, त्याप्रमाणे वरिष्ठांचे बोलणे एका कानाने ऐकून दुसऱ्या कानाने सोडून द्यावे. किमान, पगार होत आहे आणि महिन्याच्या शेवटी पैसे मिळवण्याचा आनंद मिळतोय याचे समाधान मानावे.

आणखीही एक उपाय चाणक्याने सुचवला आहे. तो म्हणजे संपूर्ण परिस्थितीचा सखोल विचार करावा आणि शेवटी आपल्या वरिष्ठांना वरिष्ठ ठरवणारे घटक नेमके कोणते? याचा शोध घ्यावा. पद आणि पगार यांच्याशी तुलना करता एखाद्या कर्मचाऱ्याचे वरिष्ठ त्याच्यापेक्षा जास्त अधिकाराच्या जागेवर असतात की नाही? शिवाय त्या कर्मचाऱ्याच्या वरिष्ठांना निर्णय घेण्याचा अधिकारही त्याच्यापेक्षा जास्त असतो. आता आपल्या वरिष्ठांची ही ताकद कशी मोडून काढता येईल, ते लक्षात घेतले पाहिजे.

आपल्या वरिष्ठांनासुद्धा वरिष्ठ आहेत हे आपण लक्षात ठेवले पाहिजे. त्यामुळे तुलनेने उच्च अधिकाराच्या स्थानावर कोण आहे हे एकदा आपल्याला समजले की, त्यांच्यापेक्षा कमी अधिकाराच्या लोकांबरोबर व्यवहार करणे आपल्याला सोपे जाते... खरं तर याचा आपल्याला धोरणात्मक फायदा मिळतो.

चाणक्य म्हणतो, 'बलवान राजाशी सौदा करताना, तुलनेने अधिक बलवान राजाला आपल्या बाजूस वळवावे.' आपोआपच आपले प्राबल्य वाढते आणि त्या भीतीने, ज्या व्यक्तीशी आपण व्यवहार करत आहोत ती आपल्या नियंत्रणाखाली येते. काही लोक कायद्याचा मार्ग धरतात. आपल्या बाजूने कायद्याची ताकद असेल तर आपले सामर्थ्य वाढते म्हणून आपल्याला त्रास देणारा वरिष्ठ असला तरी आपण आत्मविश्वास गमावू नये. कोणाचा तरी सल्ला घ्यावा आणि जोरदार परतवार करावा. अगदी अलीकडच्या काळात 'मी टू' चळवळीने मोठा जोर धरला होता. या चळवळीत पीडित व्यक्तींनी परतीचा वार केला. अर्थात काही लोकांनी आपल्या वैयक्तिक हेव्यादाव्यांचा हिशोब चुकता करण्याकरता याचा गैरवापर केला; परंतु एकंदरीत अनेक

स्त्रियांनी समाज माध्यमांची ताकद वापरून आपल्या वरिष्ठांवर केलेल्या या परतवाराचा फायदा झाला.

माझा एक मित्र एका संस्थेमध्ये गेली पंधरा वर्षं काम करतोय. जेव्हा नवीन वरिष्ठ आले, तेव्हा त्यांनी माझ्या मित्राला त्रास द्यायला सुरुवात केली.

निराश झालेल्या माझ्या मित्राने मला विचारले, 'मी त्यांच्याशी कसे वागू? शेवटी ते संस्थेचे संचालक आहेत. मला उपयोगी पडेल अशी चाणक्याची एखादी रणनीती तुझ्याकडे आहे काय?'

मी हसलो आणि म्हणालो, 'तुझा साहेब हा संस्थेचा संचालक आहे; पण त्याच्या वरच्या खुर्चीत कोण बसलंय?'

त्याने पटकन उत्तर दिले, 'आमच्या संस्थेचा अध्यक्ष. माझा साहेब त्याच्या हाताखाली काम करतो.'

मी सुचवले, 'तुझा साहेब अधिकार पदावर आहे; पण तुमच्या अध्यक्षांना त्यांच्या खुर्चीमुळे त्याच्यापेक्षा जास्त अधिकार आहेत, त्यामुळे या अध्यक्षांपर्यंत तुला पोहोचता येईल काय?'

त्याने क्षणभर विचार केला आणि म्हणाला, 'होय. मी या संस्थेमध्ये दीर्घकाळ काम करतोय. तसेच अध्यक्षांची आणि माझी वैयक्तिक ओळखही आहे.'

मी पुढे बोलण्यापूर्वीच तो म्हणाला, 'पण हा माझा साहेब मला अध्यक्षांकडे जाण्यास परवानगी देणार नाही आणि तरीही मी गेलो तर त्याला समजेल आणि तो माझा अधिकच मानसिक छळ करेल.'

पुढे काही सुचवण्यापूर्वी मी एक क्षणभर विचार केला, 'ठीक आहे. मग आपण असे करू या, अधिकाराने उच्च असणाऱ्या या साहेबांशी अप्रत्यक्षपणे हातमिळवणी करू या. तुमचे अध्यक्ष ज्याचं ऐकतात, असा त्याचा एखादा सल्लागार आहे का? आणि त्याच्याशी, तुझी ओळख आहे का?'

त्याच्या डोळ्यात एकदम चमक आली – 'आमचा मुख्य हिशेबनीस. तो माझा शाळा सोबती आहे आणि आम्ही एकाच गल्लीत राहतो...'

'हाच उपाय आहे... तुझ्या मित्राशी बोल आणि तेच त्याला अध्यक्षांपर्यंत पोहोचवायला सांग,' असे म्हणून मी हसलो.

सुटकेचा निःश्वास टाकून त्याने ती कल्पना प्रत्यक्षात आणली. अशा प्रकारे माझ्या मित्राने अडचण दूर केली. अधिकाराला, सत्तेला कधीच

घाबरायचे नाही हे लक्षात ठेवू या. वरचढ अधिकार किंवा सत्ता नेहमीच अस्तित्वात असते आणि तिच्यापर्यंत आपल्याला पोहोचता येते. प्रत्यक्ष शक्य झाले नाही, तरी यशापर्यंत नेणाऱ्या अप्रत्यक्ष मार्गांचा वापर करण्याचा प्रयत्न आपण करू शकतो.

४. युद्ध हा मनोव्यापारांचा खेळ आहे

हेन्री फोर्ड एकदा म्हणाले होते, 'आपण करू शकतो असं वाटणं किंवा आपण करू शकत नाही असं वाटणं... या दोन्हींपैकी काहीही असलं तरी तुम्ही बरोबरच ठरता.' चाणक्यानेसुद्धा असाच सल्ला दिला असता.

आपल्यापैकी बरेच जण प्रत्यक्ष रणांगणावर जाण्याच्या खूप आधीच युद्ध हारतात. युद्धाचा खेळ हा नेहमीच मनोव्यापारांवर खेळला जातो म्हणूनच युद्धावर जाण्यापूर्वी चाणक्याने प्रथम योद्ध्यांची मानसिक तयारी करण्यावर भर दिला. सर्व क्षेत्रांमधील विजेते, आपल्या विजयाचे स्वप्न तो प्राप्त करण्यापूर्वीच बघतात असे संशोधनातून सिद्ध झाले आहे. मग तो ऑलिम्पिकमध्ये सुवर्णपदक मिळविणारा खेळाडू असो, करोडपती झालेला मोठ्या ताकदीचा उद्योजक असो किंवा अनेक देशांमध्ये, पंतप्रधान किंवा राष्ट्रपती पदापर्यंत पोहोचलेली माणसं असोत. या सर्वांनी प्रथम स्वतःपासूनच प्रेरणा मिळवली.

म्हणूनच तुम्ही जिंकणारच आहात ही बाब तुमच्या मनात स्पष्ट असायला हवी. बाकी गोष्टी आपोआपच घडतील. कधी कधी आपल्या मनात अपयशाविषयीच्या नकारात्मक भावना रुजवल्या जातात किंवा आपण स्वतःच अशा भावनांचा अडथळा मनात निर्माण करतो. हे टाळता आले तर दैनंदिन जीवनातील लढाया लढण्यासाठी आवश्यक अशा ताज्या कल्पना आपल्याला सुचतील.

एक अगदी सामान्य उदाहरण पाहू या. मुंबईत, मी राहतो तिथे, जेव्हा जेव्हा सार्वजनिक वाहतूकदारांचा संप होतो; ट्रेन, बस किंवा टॅक्सी चालू नसतात तेव्हा अनेक प्रवासी कामावर जायचं टाळतात. त्यांना असे वाटते की, नेहमीची वाहतूक सेवा संपावर असल्यामुळे कामावर जाणे शक्य होणार नाही. ते इतर कोणत्याही पर्यायांचा विचार करत नाहीत.

गंमत म्हणजे अगदी त्याच दिवशी ऑफिसला पोहोचणे नेहमीपेक्षा सहज-सोपे असते आणि तेसुद्धा नेहमीच्या वेळेपेक्षा पुष्कळ आधी. जर

एखाद्या दिवशी कॅब चालू नसतील तर सरकार त्या दिवशी ज्यादा बससेवा उपलब्ध करून देते. रस्ते मोकळे असतात, कितीतरी माणसे आपल्या घराच्या बाहेरच पडत नाहीत, हे दृश्य भीती निर्माण करणारे असते; पण चाणाक्ष लोकांना इथे एक धोरणात्मक फायदा दिसतो. ते घराबाहेर पडतात; मिळेल ती पहिली गाडी पकडतात आणि वेगाने कामावर पोहोचतात. अशा दिवशी कामावर येणाऱ्या लोकांची संख्या नेहमीपेक्षा कमी असते; त्यामुळे आपल्याला आपल्या दृष्टीने महत्त्वाचा प्राधान्यक्रम ठरवून त्यावर लक्ष केंद्रित करता येते आणि प्रभावीपणे काम करता येते. अशा प्रकारे हा असा दिवस नेहमीपेक्षा जास्त फलदायीसुद्धा ठरतो.

आपल्या लक्ष्याच्या दिशेने आपण पहिले पाऊल टाकले, तर बाकीच्या साऱ्या गोष्टी सोप्या होतात. शेवटी काय तर आपल्या मनातील ध्येय आपल्याला गाठायचे असते. प्रश्न उरतो, तो फक्त त्याला लागणाऱ्या वेळेचा!

५. सल्लागार तुम्हाला घडवू शकतात किंवा बिघडवू शकतात

दैनंदिन जीवनामध्ये आपल्याला मनाने सतर्क राहावे लागते. वेगवेगळ्या लोकांचे निरनिराळे विचार आणि मते आपल्यापर्यंत पोहोचत असतात, याचे भान आपण ठेवले पाहिजे. केवळ माणसंच नाही तर इंटरनेट, समाजमाध्यमे, रेडिओ, वर्तमानपत्रे, दूरदर्शन, पुस्तके आणि इतर माध्यमांद्वारे आपल्यावर माहितीचा सतत मारा होत असतो.

अशा प्रकारे भरभरून मिळणाऱ्या माहितीने एक विशिष्ट मर्यादा ओलांडली तर ती हानिकारक ठरते. एखाद्या विशिष्ट गोष्टीवरील टोकाच्या विरोधी दृष्टिकोनांमुळे आपण पूर्णपणे गोंधळून जातो. रोजचं अगदी साधं उदाहरण घ्यायचं तर काही जण म्हणतात की, तूप तब्येतीस चांगले असते आणि इतर काही म्हणतात की, तूप चरबीयुक्त असते. अशा परिस्थितीत आपण काय करावे?

पहिल्या गोष्टीचा आधी विचार करू. खूप सारी माहिती जमवणे फारसे चांगले नाही. आपण काही ठरावीक गोष्टीच वाचव्यात आणि बघाव्यात. ज्या गोष्टींनी आपल्याला मुळीच फरक पडत नाही, अशा चर्चेत आपण उतरतो. अमुक खेळाडूने तमुक सिनेतारकेशी लग्न केले, या माहितीने आपल्याला काय फरक पडतो? आपल्याभोवती घडणाऱ्या सामाजिक

घटनांच्या बाबतीत काहीसे जागरूक असणे ठीक आहे; परंतु अशा गोष्टींवर खूप विचार करत बसण्यात अर्थ नाही.

आनंदी माणूस आपले मन निरस आणि असंबद्ध विचारांपासून मुक्त ठेवतो. आपण आपल्या कल्पनांची आणि विचारांची निवड अत्यंत जागरूकपणे केली पाहिजे. हेच तत्त्व आपल्या मित्रांनाही लागू होते. आपण जी पुस्तके वाचतो ती निवडतानासुद्धा हाच तरतमभाव ठेवला पाहिजे. सर्वांत महत्त्वाचे म्हणजे आपण आपले सल्लागार काळजीपूर्वक निवडले पाहिजेत.

सल्लागार आपल्याला घडवू शकतात किंवा बिघडवू शकतात. एखाद्या मूर्खपणाच्या सल्ल्यामुळे आपली अख्खी कारकीर्द तसेच आपले संपूर्ण आयुष्य बरबाद होऊ शकते. आपल्या आयुष्यातील अत्यंत महत्त्वाच्या, निर्णायक क्षणांना आपल्याबरोबर चांगले सल्लागार असणे महत्त्वाचे असते. जेव्हा आपल्याला आपल्या कारकिर्दीचा मार्ग निवडायचा असतो किंवा एखाद्या शैक्षणिक अभ्यासक्रमासाठी प्रवेश घ्यायचा असतो, तेव्हा योग्य शिक्षकांकडून योग्य ते मार्गदर्शन घेतले पाहिजे. अशा वेळी फक्त आपल्या मित्रांचा सल्ला उपयोगी पडत नाही. कारण, तेही आपल्या इतकेच गोंधळलेले असतात.

एखाद्या माणसाच्या आयुष्यातला सर्वांत महत्त्वाचा निर्णय म्हणजे त्याचे किंवा तिचे लग्न. आपले उर्वरित सारे आयुष्य जिच्याबरोबर घालवायचे आहे, अशा व्यक्तीची आपण निवड करतो. इथेसुद्धा, एखादे वधूवर सुचक मंडळ किंवा एखादी व्यक्ती, विवाह समुपदेशक आणि आपले कुटुंब यांच्याकडून मिळणाऱ्या एका उत्तम सल्ल्याची गरज असते.

आपले सल्लागार आपण अत्यंत काळजीपूर्वक निवडावेत असे चाणक्य सुचवतो. ते प्रगल्भ आणि जाणते असावेत. त्यांच्याजवळ आवश्यक तो अनुभव असावा आणि आपल्या 'हिताला' त्यांनी प्राधान्यक्रम द्यावा. चाणक्याने असेदेखील सुचवले आहे की, आपल्याला केवळ एकच सल्लागार असू नये. त्यांची संख्या साधारण दोन किंवा तीन असावी. ही संख्या खूप जास्तही नसावी आणि अगदी कमीही नसावी. कोणत्याही बाबतीत, तज्ज्ञांचा सल्ला हा जेव्हा तीन चांगल्या सूत्रांकडून मिळतो, तेव्हा निर्णय घेताना आपल्याला अधिक चांगले पर्याय उपलब्ध होतात.

प्रत्येक क्षेत्रातील तज्ज्ञांची आपण यादी बनवावी. आपल्या व्यवसायात, शिक्षणात, वैवाहिक जीवनात, आर्थिक व्यवहारात आणि आपल्यासाठी

महत्त्वाच्या असणाऱ्या सर्वच गोष्टीत मार्गदर्शन करणाऱ्या तज्ज्ञ व्यक्तींची माहिती आपल्याला हवी. अशा लोकांचा आपल्याला जीवनातील लढायांना सामोरं जाताना उपयोग होतो. अशी ज्ञानी माणसे आपल्याला वाटेत येणारे खड्डे टाळण्यास मदत करतात. ही माणसे म्हणजे आपणच आपल्याभोवती विणलेले सुरक्षा जाळे असते.

६. आपल्या माणसांचा उत्कर्ष घडवून आणा

हा सल्ला सत्तेत असलेल्या माणसांना देण्यात आला आहे. आपल्यापेक्षा अधिकाराने उच्च असणाऱ्या माणसांशी कसे वागायचे हे आपण पाहिले; पण आपणच सत्तेच्या वरच्या स्तरावर असलो आणि उच्च अधिकार पदावर असलो तर?

आपण सत्तास्थानी असणं हे अडचणीचं ठरतं. या परिस्थितीत एक शक्यता अशी असते की, आपली नजर नेहमीच वरच्या स्थानाकडे (खुर्चीकडे) राहील आणि ते स्थान मिळवण्याची महत्त्वाकांक्षा आपण धरू. नाहीतर दुसरी शक्यता अशी की, आपल्या अधिकार पदामुळे आपल्याकडे आदराने पाहणारे लोक किती आहेत याकडे आपण खाली वाकून पाहू.

खऱ्या नेत्याचे ध्येय हे अधिकार पदाची चढण चढत राहणे इतकेच नसते, तर चाणक्याच्या मतानुसार जो नेता आपल्या लोकांची काळजी घेतो तोच सच्चा नेता असतो. अशी व्यक्ती आपोआपच आपल्या हाताखालच्या माणसांची, त्यांच्या हिताची काळजी घेते आणि जणू काही आधीच ठरलेले आहे, अशा प्रकारे अधिकाधिक वरच्या नेतृत्व-पदावर चढत राहते.

त्यामुळे तुम्हाला काही प्रमाणात अधिकार मिळाले असतील आणि नेतृत्व करण्याचे भाग्य लाभले असेल तर तुमच्या लोकांच्या उन्नतीसाठी, त्यांच्या उत्कर्षासाठी कार्य करा. तुमच्या हाताखाली काम करणारे लोक, त्याच त्या खालच्या स्तरावरील कामात अडकून पडणार नाहीत, याची काळजी घ्या. तुम्ही त्यांना विविध गोष्टींचं प्रशिक्षण देऊ शकता. त्यांच्यावर अधिक मोठ्या जबाबदाऱ्या सोपवू शकता. त्यांची क्षमता आणि कार्यकुशलता पाहून त्यांना बढतीही देऊ शकता.

एक सच्चा नेता, अधिकाधिक नेते घडवतो. दैनंदिन जीवनात आपण अनेक लढाया लढत असतो हे लक्षात घ्या; परंतु वास्तवात, दररोज, आपण

भविष्यातील एका मोठ्या लढाईची तयारी करत असतो, त्यामुळे हे युद्ध जेव्हा समोर उभे ठाकते, तेव्हा लढण्यासाठी आपला स्वतःचा असा संघ तयार पाहिजे. त्या संघातील लोकांनी आव्हाने स्वीकारून आपल्याबरोबर चालले पाहिजे. आपल्याच लोकांना आपण प्रशिक्षण दिले नाही आणि त्यांच्या हाती अधिक चांगली कौशल्ये, अस्त्रे आणि मंत्र दिले नाहीत तर ते मोठमोठ्या युद्धांना कसे सामोरे जातील?

म्हणूनच आपण आपल्या लोकांची उन्नती साधू या. त्यांचे मनोबल उंचावण्यास मदत करू या. त्यांना थोडे स्वातंत्र्य देऊ या. त्यांच्यावर अधिक विश्वास टाकून, त्यांना सामर्थ्यवान बनवू या. मग हळूहळू आपल्या गटातील प्रत्येक सदस्य आपले सर्वोत्तम योगदान देण्यास सुरुवात करेल आणि आपली चमक दाखवेल. अशा प्रकारे सावकाश, सातत्याने आपण आपला संघ तयार करू शकतो. त्यांच्याबरोबर वेळ घालवा. त्यांना मार्गदर्शन करा. अनेक बाबतीत त्यांच्याशी बोला आणि चर्चा करा. त्यांच्या समस्यांकडे त्वरित लक्ष द्या. आपण त्यांची काळजी घेतली आणि त्यांना आस्था दाखवली तर तेसुद्धा त्याचप्रमाणे वागतील.

साधारणतः एका पिढी इतक्याच कालावधीत, प्रचंड मोठे मराठा साम्राज्य स्थापन करणाऱ्या शिवाजी महाराजांनी चाणक्याचे हे धोरण अंगीकारले होते. त्यांचे मंत्री ताकदवान बनून आपल्या नेत्यासाठी लढाया लढत. ते जेव्हा लढाया जिंकत तेव्हा त्या मंत्र्यांना नव्याने जिंकलेल्या प्रदेशाची जबाबदारी देण्यात येई. मग हेच मंत्री त्या-त्या प्रांताचे राजे होत. शिवाजी महाराजांकडे चांगले आणि विश्वासू मंत्री नसते तर त्यांनी स्वराज्याची पायाभरणी कशी केली असती? केवळ एकच व्यक्ती पुरेशी नसते तर संपूर्ण समूहाची आवश्यकता असते आणि या समूहाला त्याच्या नेत्याने स्वतःच प्रशिक्षण देण्याची गरज असते.

या गोष्टीचा आपण दररोज विचार केला पाहिजे. आपण सच्चे नेते आहोत का? आपण आपल्या हाताखालील व्यक्तींना आधार देतो का? मदत करतो का? आणि त्यांना सक्षम होण्यास प्रोत्साहन देतो का? चाणक्याने *अर्थशास्त्रामध्ये* याबद्दल सविस्तर लिहिले आहे.

७. दररोज अभ्यास करा (स्वाध्याय)

आपल्याला दररोज अडचणींना तोंड द्यावे लागते. सकाळी जाग येते त्या क्षणापासून ते रात्री झोपायला जाईपर्यंत आपल्याला काही ना काही कार्य करावे लागते. दैनंदिन ठरलेल्या कामांबरोबरच अनियोजित कामेसुद्धा आपल्याला करावी लागतात.

कधी कधी आपल्याला वाटतं की, सगळे छान चालू आहे, तर कधी कधी वाटतं आयुष्य हातातून निसटून चाललंय.

आपल्या मनावर नियंत्रण ठेवण्यासाठी चाणक्याने एक तंत्र सुचवले आहे. दैनंदिन जीवनातील अडचणींना यशस्वीपणे सामोरे जाण्याचा एक सर्वोत्तम मार्ग म्हणजे दररोज अभ्यास करणे.

इथे चाणक्य फक्त शैक्षणिक अध्ययनाबद्दल बोलत नाही, तर त्याहीपेक्षा वरच्या दर्जाच्या अभ्यासाबद्दल सूचित करतो आहे. या अभ्यासाला स्वाध्याय असे म्हणतात. यात ऐहिक अध्ययनाबरोबरच आध्यात्मिक अध्ययनाचादेखील समावेश होतो. सर्वोच्च स्वरूपाचा अभ्यास म्हणजे शास्त्रवचनांचा अर्थात धर्मग्रंथांचा अभ्यास.

आपण ते नित्य नियमाने वाचले तर आपल्याला जीवनाची दिशा मिळते. आपल्यामधील नीतिमत्ता विकसित होते आणि गतकाळातील महान लोकांच्या ज्ञानामुळे आपल्याला प्रेरणा मिळते. दररोज शास्त्रवचनांचा अभ्यास करणे हे एखादी पोषक गोळी घेण्यासारखेच आहे. पोषक आणि पूरक आहारामुळे आपल्या शरीराला ऊर्जा मिळते तर शास्त्रवचने आपल्या मनाला आणि बुद्धीला चेतना देतात.

गांधीजी नेहमी म्हणायचे, 'जेव्हा माझे मन नैराश्याने ग्रासते आणि अगदी एकाकी अशा मला प्रकाशाचा एकही किरण दिसत नाही, तेव्हा मी भगवद् गीतेकडे वळतो. मग त्यातला एखादा श्लोक मला सापडतो आणि तीव्र व्यथांनी ग्रासलेल्या माझ्या चेहऱ्यावर लगोलग स्मितहास्य उमटते... तसेही माझे आयुष्य बाहेर घडणाऱ्या दुःखद घटनांनी भरलेले आहेच... त्या घटनांचा कोणताही दिसणारा अथवा अमीट व्रण माझ्यावर उमटला नसेल, तर त्यासाठी मी भगवद् गीतेतील उपदेशांचा ऋणी आहे.'

दररोज नित्य नियमाने, धर्मग्रंथांचा अभ्यास; हीच स्वाध्यायाची ताकद आहे. प्रत्येक देशात, धर्मात आणि परंपरेत काही ज्ञानग्रंथ असतात. त्यांचा

नित्यनियमाने अभ्यास केल्यामुळे आपले विचार योग्य त्या दिशेने प्रेरित होतात. आपल्या आयुष्यातील अत्यंत कठीण प्रसंगांना सामोरे जाताना एखाद्या अज्ञात शक्तीप्रमाणे हा अभ्यास आपल्या मदतीस येतो. सर्व मार्ग बंद झाल्यानंतर हाच अभ्यास आपल्याला दिशा दाखवण्याचे काम करतो.

आपल्या दैनंदिन कार्यक्रमात राजाने किमान काही तास तरी स्वाध्यायाला समर्पित केल्याची चाणक्य खात्री करून घेत असे.

८. विरोधकाची बलस्थाने आणि कमकुवत स्थाने ओळखा

काही लोक जन्मतःच हुशार असतात, तर काही यथावकाश ही हुशारी कमावतात, काही लोक सामान्यच राहतात आणि उरलेले मूर्ख म्हणूनच मरतात.

धोरणी मानसिकता ठेवणे हे कौशल्याचे काम आहे आणि हे कौशल्य विकसित करता येणे महत्त्वाचे आहे.

इतर माणसांचा अचूक अंदाज ज्याला बांधता येतो तो मनुष्य चाणाक्ष. आपल्या समोरच्या माणसाच्या मनात काय चालले आहे हे समजून घेण्यासाठी तो सतत अभ्यास आणि विश्लेषण करतो.

नेत्याला प्रशिक्षण देण्यासाठी चाणक्याने विविध पद्धती सुचवल्या आहेत. त्यातलीच एक म्हणजे देह विद्या किंवा आज आपण ज्याला देहबोली म्हणतो ती पद्धत.

शरीराची स्वतःची अशी भाषा असते. आपल्या सर्वांना शाब्दिक संवादाबद्दल माहिती आहे. शाब्दिक संवाद म्हणजे माणूस जे बोलतो ते. आपण जर माणसाच्या देहबोलीचा अभ्यास केला तर आपल्याला त्याच्या मनात काय चालू आहे ते समजते.

युद्धविषयक रणनीतीमध्ये चाणक्याने वापरलेल्या पद्धती या देहबोलीवरच आधारित आहेत. तो विरोधकांचा सतत अभ्यास करत असे. चाणक्याचा शत्रू त्याच्या अगदी सूक्ष्म निरीक्षणाखाली असायचा.

हेच तंत्र आपल्या रोजच्या आयुष्यात वापरता येईल का? अर्थातच होय! आपण आपल्या आजूबाजूच्या लोकांचं निरीक्षण करू शकतो. हे निरीक्षण, सार्वजनिक ठिकाणी – मग ती बाग असो; रेल्वेस्टेशन असो, बस स्थानक असो अथवा बाजार असो, असे सगळीकडे करता येते.

एखाद्या कॅफेमध्ये किंवा बारमध्ये गेल्यावरही हे निरीक्षण आपल्याला चालू ठेवता येते.

लोकांच्या हालचालींकडे लक्ष दिले असता या हालचालीच आपल्याला त्यांच्या मनात काय चालू आहे, याबद्दल खूप काही सांगतील. या गोष्टीचा आपण सराव केला, तर आपली निरीक्षण कला विकसित होईल.

९. विद्वानांचा आणि विचारवंतांचा सन्मान करा

शाळा, महाविद्यालये आणि विद्यापीठे अशा संस्थांमध्ये आपण औपचारिक शिक्षण घेतो. तिथले अध्यापक हे केवळ या ठरावीक कालावधीपुरतेच आपल्या जीवनाचा भाग असतात. आपल्या पिढीची ही अगदी मूलभूत समस्या आहे. तथापि, आधीच्या पिढ्यांमध्ये अशी परिस्थिती नव्हती. विद्यार्थी आपल्या शिक्षकांच्या संपर्कात आयुष्यभर असत तर प्रशिक्षकांचाही त्यांच्या आयुष्यात नियमित वावर असे.

आजच्या काळाशी तुलना करता याचा एक मोठा फायदा होता. आयुष्यातील कोणत्याही अडचणीला सामोरे जाताना विद्यार्थ्यांमागे एक अखंड मार्गदर्शक असे. त्याकाळचे गुरू, शिक्षक आणि आचार्य विद्यार्थ्यांना व्यक्तिगत पातळीवर ओळखत आणि त्यांना त्यानुसार मार्गदर्शन करत. हे म्हणजे एखादा 'फॅमिली डॉक्टर' असण्यासारखे होते. असा डॉक्टर म्हणजे त्या कुटुंबाचा केवळ वैद्य नसे तर मित्र, तत्त्वज्ञ आणि मार्गदर्शकही असे.

शिक्षकाला आपल्या विद्यार्थ्यांची समस्या वेळेच्या खूपच आधी समजायची. एखाद्या विशिष्ट विद्यार्थ्याला काय लागू पडेल हेदेखील त्याच्या गुरूंना ठाऊक असायचे. कधी कधी तर ही समस्या भौतिक पातळीवरची नसून मानसिक असायची, त्यामुळे त्यानुसार इलाज सुचवला जायचा. प्रत्येक उपाय हा ज्या-त्या व्यक्तीसाठी स्वतंत्रपणे योजला जायचा. कारण, एका व्यक्तीला जे लागू पडेल ते दुसऱ्याच्या बाबतीत खरे ठरेलच असे नाही.

कित्येकदा शिक्षक आपल्या विद्यार्थ्यांचे बोलणे फक्त लक्षपूर्वक ऐकतात. या साध्या कृतीनेही खूप फरक पडतो. कधी कधी माणसाला फक्त शांतपणे ऐकणारं कोणीतरी हवं असतं. अर्थातच या व्यक्तीची भूमिका पार

पाडण्यासाठी कोणा सामान्य 'फॅमिली डॉक्टरांची' नाही तर एखाद्या कुशल रणनीतीकाराची गरज असते.

आयुष्यात आपल्याला अशा प्रकारचे शिक्षक उपलब्ध आहेत का याचा आपण वेळ काढून जरूर विचार करावा. ही व्यक्ती अशी हवी जी संपूर्ण आयुष्यभर आपला प्रशिक्षक, मित्र आणि तत्त्वज्ञ बनून राहील व आयुष्यातील प्रत्येक टप्प्यावर आपल्याला मार्ग दाखवेल. ज्याला आधीच अशी व्यक्ती लाभली आहे तो भाग्यवान. इतरांनी मात्र असा प्रशिक्षक शोधणे महत्त्वाचे आहे. त्यानंतर आयुष्यातील कोणत्याही संकटांचे पर्वत आणि अडचणींच्या खिंडी आपल्याला अडवू शकणार नाहीत. प्रशिक्षक आपल्या दैनंदिन जीवनात प्रेरणा बनून राहतात.

अशा गुरूंचा शोध घेण्याचा सर्वोत्तम मार्ग म्हणजे विद्वानांना आणि विचारवंतांना योग्य तो मान देणे.

चाणक्य हा स्वतः एक विद्वान आणि विचारवंत होता. त्याच्या विद्यार्थ्यांनी त्याला योग्य तो मान दिला म्हणून त्यांना राजा आणि सम्राट होता आले. चंद्रगुप्त मौर्यचा कायापालट त्याने कसा केला ते आपल्या डोळ्यांपुढे आहेच. एका सामान्य विद्यार्थ्यातून चंद्रगुप्त नावाचा त्या प्रांतातील एक महान नेता घडला. चाणक्याने आपल्या विद्यार्थ्यांना, इतर विद्वानांचा आणि विचारवंतांचासुद्धा आदर करायला शिकवले. एखाद्या विद्वानाला राजाची भेट घ्यायची असेल तर ती प्राधान्यक्रमावर ठेवण्यात आली. राजाने आपल्या गुरूंना अगदी आपले सिंहासनसुद्धा देऊ केले. त्या बदल्यात राजाला राज्यकारभार अधिक प्रभावीपणे करण्यासाठी त्यांचे मार्गदर्शन मिळत राहिले.

विद्वानांचा, गुरूंचा आणि विचारवंतांचा शोध घेणे सोपे आहे. आपापल्या शाळा, महाविद्यालये आणि विद्यापीठे यांमध्ये वाचकांना ते सहज भेटतील; परंतु त्यांचा सहवास आयुष्यभर मिळवणे महत्त्वाचे आहे. त्यांची थोडीशी सेवा करून त्यांना मदत केली तर मग ते आपल्याला त्यांच्या कैकपट मदत करतील. आपल्या बाजूला एक चांगला विचारवंत असेल तर लढाया सहज जिंकता येतात. एखादा चांगला शिक्षक आपल्या बाजूला असेल तर तो किंवा ती, आपल्या दैनंदिन लढायांमध्ये एका रणनीतीकाराची भूमिका बजावते.

१०. आपल्या मुलांना ऐहिक आणि आणि आध्यात्मिक यश प्राप्त करण्यास शिकवा.

आपल्या मुलांनी यशस्वी व्हावे ही प्रत्येक पालकांच्या मनातील अत्यंत नैसर्गिक भावना आहे; परंतु आपल्या मुलांनी कशा प्रकारचे यश मिळवावे असे आपल्याला वाटते? दुर्दैवाने यशाची व्याख्या बदलली आहे.

आपापल्या क्षेत्रात उत्तम कारकीर्द घडवणे आणि आर्थिकदृष्ट्या सबळ होणे, यापुरतेच यश मर्यादित राहिलेले आहे. सांसारिक जबाबदाऱ्या पार पाडण्यासाठी ऐहिकदृष्ट्या यशस्वी होणे महत्त्वाचे आहे, यात कोणतीच शंका नाही; परंतु यशाचा दुसरा महत्त्वाचा पैलू म्हणजेच आध्यात्मिक बाजू. आपण या पैलूकडे दुर्लक्ष तर करत नाही ना?

उपनिषदांमध्ये एक गोष्ट आहे. श्वेतकेतू नावाचा एक बुद्धिमान मुलगा होता. गुरुकुलातील आपले अध्ययन संपवून तो स्वगृही परत आला. बारा वर्षं तो घरापासून दूर होता. तो घरी पोहोचला तेव्हा स्वतः एक महान ऋषी असणाऱ्या त्याच्या वडिलांनी विचारले, तुला सर्वकाही समजले आहे काय? तू सगळ्याचा अभ्यास केला आहेस काय?

जेव्हा नकारार्थी उत्तर आले, तेव्हा शिक्षणासाठी त्याला परत पाठवण्यात आले. श्वेतकेतूला आत्मज्ञान होईपर्यंत त्याचे असे घरातून गुरुकुलात आणि गुरुकुलातून घरी जाणे-येणे सुरूच राहिले.

उत्तम पालक आपल्या मुलांशी अशाच प्रकारे वागतात. भौतिकदृष्ट्या आपल्या मुलांनी यशस्वी व्हावे, असे त्यांना वाटते; परंतु त्यांनी अध्यात्माचा अभ्यास करावा आणि अंतर्ज्ञान प्राप्त करावे हीसुद्धा त्यांची इच्छा असते. आपण आपल्या मुलांना असे प्रशिक्षण देतो का?

यासाठी आपण स्वतःच अध्यात्माची महती जाणून घेतली पाहिजे, तरच आपलं ते संचित आपल्या मुलांना देता येईल.

मोठमोठ्या राज्यांचे आणि साम्राज्याचे बुद्धिमान राज्यकर्ते होण्यासाठी चाणक्याने आपल्या विद्यार्थ्यांना प्रशिक्षण दिले; परंतु एक दिवस असा येणार आहे की, त्यांना त्यांच्या आयुष्यातील सर्वांत मोठे युद्ध लढावे लागेल आणि ते म्हणजे सत्ता व पद सोडताना स्वतःशीच लढावे लागणारे युद्ध. या युद्धाविषयीही त्यांना ठाऊक असावे अशी चाणक्याची इच्छा होती.

हे अजिबातच सोपे नाही. एखादी व्यक्ती खूप मोठ्या कालावधीसाठी अधिकारपदावर असेल, तर तिला त्याविषयी आसक्ती निर्माण होते. तरीही, ही सत्ता ज्याला सोडून देता येते तो श्रेष्ठतम विजेता ठरतो. तसेच स्वेच्छेने सत्तेचा लोभ सोडता येतो, तेव्हा खरोखर आपण अंतिम युद्ध जिंकलेले असते अर्थात आपल्या अहंकारावर आणि स्वतःवर विजय प्राप्त करून देणारे अंतिम युद्ध!

हे अंतिम युद्ध जिंकणे आपल्यासाठी अत्यंत आवश्यक असते. अध्यात्म शिकण्याची योग्य वेळ म्हणजे आता आणि इथेच. चला तर, पहिले पाऊल उचलू या. मग बाकी सगळे आपोआप मागे येईल.

यासाठी; आध्यात्मिक ग्रंथांचं वाचन, आध्यात्मिक कार्यक्रमांना (सत्संगांना) उपस्थिती, आध्यात्मिक गुरूंना भेटणे किंवा एखाद्या आश्रमात जाणे या गोष्टी आपण करू शकतो.

दैनंदिन जीवनात आपण आपल्या मुलांची आध्यामिक प्रगती मोजू शकतो. त्यांना जीवनमूल्यांचे आणि नैतिकतेचे धडे द्या. आपले आंतरिक सामर्थ्य कसे वाढवायचे ते शिकवा. आपल्या जीवनाचा पाया हा आध्यात्मिक असला पाहिजे.

हीच आपल्या आत्मशोधाच्या प्रवासाची सुरुवात ठरू दे. आपण सगळे मिळून त्या अहंकारावर विजय मिळवून देणाऱ्या आणि त्याग करण्याची क्षमता असणाऱ्या विजिगीषू वृत्तीचा शोध घेऊ या. विजिगीषू माणसाचा पराभव कधीच करता येत नाही. जीवनाच्या प्रत्येक टप्प्यावर तो विजेताच ठरतो. त्याने स्वतःवर विजय प्राप्त केलेला असतो – त्याने अंतिम युद्ध जिंकलेले असते.

श्रेयनिर्देश

युद्धकला समजून घेण्याच्या माझ्या प्रवासात सहचर बनून कायम साथ देत राहणाऱ्या भारतीय लष्करी दलातील माझ्या सर्व मित्रांचे मी आभार मानतो. आपल्याला सुरक्षित ठेवण्यासाठी भारतीय लष्कर, नौदल, वायुदल, पोलीस सेवा आणि निमलष्करी दले या सर्व कार्यस्थळी रात्रंदिवस कार्यरत असणाऱ्या पुरुषांना तसेच महिलांना आणि विविध अधिकाऱ्यांना मी धन्यवाद देतो.

'द डिफेन्स सर्व्हिसेस स्टाफ कॉलेज (DSSC)', 'द इन्स्टिट्यूट फॉर डिफेन्स स्टडीज अँड ॲनालिसिस (IDSA)', 'द नॅशनल डिफेन्स कॉलेज (NDC)' या संरक्षण संस्थांशी मी संलग्न आहे. या संस्थांचा मी आभारी आहे. *अर्थशास्त्रापासून* ते युद्ध रणनीतीचे नवनवे पैलू उजेडात आणण्यासाठी सातत्याने संशोधन करत असलेल्या लष्करी तज्ज्ञांच्या आणि विद्वानांच्या ऋणात राहणेच मी पसंत करेन.

आधुनिक काळातील युद्ध स्थिती समजून घेताना माझे मित्र, तत्त्वज्ञ आणि मार्गदर्शक असलेल्या माझ्या काही स्नेह्यांचाही उल्लेख इथे करायला मला आवडेल.

भारतीय वायुदलातील विंग कमांडर जी. आदित्य किरण आणि भारतीय नौदलातील उच्च अधिकारी (ॲडमिरल) आर. गायकवाड यांचा विशेष उल्लेख करताना मला आनंद होत आहे. विंग कमांडर जी. आदित्य किरण यांनी 'कौटिल्याचे *अर्थशास्त्र*' हा ग्रंथ आणि माझे चाणक्यावरील संशोधन यांचा DSSC या संस्थेच्या अभ्यासक्रमात समावेश केला, ज्यामुळे अनेक लष्करी अधिकारी चाणक्याच्या युद्धकलेच्या अभ्यासाकडे वळवले. ॲडमिरल आर. गायकवाड यांनीदेखील भारतीय संरक्षण दलांमध्ये आणि

NDCच्या लोकप्रशासन सेवेमध्ये *अर्थशास्त्राच्या* अभ्यासाला सर्वोच्च स्थान देण्याचे महत्त्व अधोरेखित केले आहे.

अर्थशास्त्राच्या अभ्यासाला पुढे आणण्यासाठी अनेक वर्षं झटणाऱ्या कर्नल प्रदीप गौतम (भारतीय सैन्यदल) यांचेदेखील शतशः आभार. राष्ट्रीय आणि आंतरराष्ट्रीय पातळीवर या विषयातील जागरूकता निर्माण करण्यासाठी ते सतत विविध परिषदांचे आणि चर्चासत्रांचे आयोजन करतात. मी आयुष्यभर ज्याचे स्वप्न पाहिले, अशा भारतीय नौदलाच्या परिवारात मला सामावून घेणाऱ्या 'व्हाइस अॅडमिरल संदीप नैथानी' यांचेही मी आभार मानतो.

भारतीय पोलीस सेवेतील (IPS), डायरेक्टर जनरल (पोलीस महासंचालक) तसेच *चाणक्याज् 7 सिक्रेट्स ऑफ लीडरशिप* या पुस्तकाचे सहलेखक डी. शिवानंद यांनी गुन्हेगारीच्या निर्मूलनासाठी तसेच कायदा आणि सुव्यवस्था राखण्यासाठी धोरणात्मक विचार कसा करावा हे मला शिकवण्यासाठी बरेच परिश्रम घेतले, त्यांचेही आभार.

माझ्या कार्यालयातील कर्मचारी – प्रणव पटेल आणि कार्तिंगा थेवर तसेच प्रकाशकांच्या संपादक मंडळाकडे जाण्यापूर्वी माझ्या पुस्तकांमध्ये सुधारणा सुचवून त्यांना सरस बनवणारे माझे स्वतःचे संपादक नित्या सोमय्या यांनाही मनःपूर्वक धन्यवाद देतो.

'पेंग्विन रँडम हाउस, इंडिया' या माझ्या प्रकाशकांचेही मी मनःपूर्वक आभार मानतो. मिली ऐश्वर्या यांच्या हाताखालील संपादक मंडळाबरोबर काम करताना खूपच आनंद मिळाला आणि प्रत्येक पुस्तक आधीच्या पुस्तकापेक्षा सरस बनत गेले. मिली तुमचे शतशः आभार, तुम्ही मित्र, तत्त्वज्ञ आणि मार्गदर्शक होऊन या प्रवासात साथ दिली. सक्षम गर्ग आणि आमची संपादक लक्ष्मी कृष्णन यांच्यासह 'पेंग्विन रँडम हाउस इंडिया'च्या सर्वच कर्मचाऱ्यांचे मनापासून आभार.

माझ्या कुटुंबाचा मला सतत पाठिंबा मिळतो. कोणतेही युद्ध मी जिंकू शकतो; परंतु माझ्या अर्धांगिनी विरुद्ध मात्र मला हार पत्करावी लागते. आमची भांडणे सुरू होण्यापूर्वीच मला माहीत असते की, ती जिंकलेली आहे. माझी मुले, अर्जुन (महाभारताच्या काळापासून भारतात ज्याला सर्वोत्तम योद्धा म्हणून ओळखतात अशा व्यक्तीचे नाव) आणि आन्वीक्षिकी (महाभारतात द्रौपदी म्हणून ओळखली जाणारी आणि स्वतः एक उत्तम

रणनीतीकार असणारी राजकन्या) यांचा विशेष उल्लेख करणे आवश्यक आहे. माझे वडील सी. के. के. पिल्लई (जे स्वतः एक लेखक आहेत) आणि जिच्यामुळे मी हे जग पाहू शकलो ती माझी आई सुशीला पिल्लई यांचा उल्लेख केल्याशिवाय हा श्रेयनिर्देश पूर्ण होणार नाही.

शेवटी, माझ्या सर्व वाचकांचेही मनःपूर्वक आभार. चाणक्य सर्वांपर्यंत पोहोचवण्याचे माझे जीवनकार्य आपल्याशिवाय पूर्ण होणार नाही.

अनुवादक परिचय

अनघा सहस्रबुद्धे या मेकॅनिकल इंजिनिअर असून, 'हीट पॉवर' या विषयात त्यांनी पदव्युत्तर शिक्षण घेतले आहे. दहा वर्षांहून अधिक काळ, टिळक महाराष्ट्र विद्यापीठ आणि पुणे विद्यार्थी गृह आणि वालचंद कॉलेज ऑफ इंजिनियरिंग यांसारख्या नामांकित महाविद्यालयांमध्ये काम करण्याचा त्यांना अनुभव आहे.

गेली तीन वर्षे त्या तांत्रिक अनुवादाच्या क्षेत्रात कार्यरत आहेत. 'उद्यम' प्रकाशनासाठी मेकॅनिकल इंजिनियरिंगमधील जर्मन पुस्तकांचे काही भाग मराठीत रूपांतरित केले आहेत. तसेच उद्यम प्रकाशनाच्या 'धातुकाम' या मासिकासाठी औद्योगिक क्षेत्रातील व्यक्तींच्या मुलाखतींचे शब्दांकनही त्यांनी केले आहे. 'TCS' कंपनीमध्ये अधिकृत अनुवादक अशी त्यांची नोंद असून 'स्पायडर' या प्रकल्पासाठी त्यांनी अनुवादाचे काम केले आहे.

तंत्रज्ञानाच्या क्षेत्रात कार्यरत असूनही मराठी साहित्यात त्यांना विशेष रुची आहे. मराठी काव्याविषयी त्यांना जिव्हाळा असून, मनोविश्लेषणात्मक आणि तत्त्वचिंतनात्मक वाचनाची अधिक आवड आहे. मनोविज्ञानात असलेल्या रसामुळे त्यांनी डॉक्टर आनंद नाडकर्णी यांची 'रॅशनल इमोटिव्ह बिहेवियरल थेरपी' अर्थात 'विवेकनिष्ठ विचारसरणी' या विषयावरील कार्यशाळा केली असून, विवेकनिष्ठ विचारसरणीच्या त्या अनुसारक आहेत.

मनोगत

कवीश्रेष्ठ कुसुमाग्रजांनी आपल्या 'स्वधर्म' या कवितेत म्हणून ठेवलयं 'श्रेयस्कर ते असो नसो वा नीज-धर्मावीण नाही गती, कैद चराचर आपुल्या ठाई त्यात मुक्तता त्यात रती'. अशा स्वधर्मानुसार मला मुळातच असलेलं भाषेविषयीचं आकर्षण, शब्दांविषयीचं कुतूहल, अर्थछटा शोधण्याचा नाद या गोष्टी गेली १२ वर्षे यांत्रिकी अभियांत्रिकी सारख्या शाखेत प्राध्यापकी करतानाही मुळीच कमी झाल्या नाहीत. उलट साहित्याशी निगडित असे अगदी छोटेसे का होईना काम आपल्याला करायचे आहे हे स्वप्न दिवसेंदिवस तितकेच ताजे होत राहिले. अशातच डॉ. राधाकृष्णन पिल्लई यांच्या 'चाणक्य अँड आर्ट ऑफ वॉर' या पुस्तकाचा अनुवाद करण्याची संधी मला 'मंजुल प्रकाशना'तर्फे मिळाली. हा अनुवाद 'चाणक्य आणि युद्धकला' या नावाने प्रसिद्ध होत असून, त्यानिमित्ताने माझेही पहिलेच अनुवादित पुस्तक एका नामांकित प्रकाशनातर्फे प्रकाशित होते आहे ही माझ्यासाठी विशेष आनंदाची बाब आहे.

माझा अनुवादाचा पहिलाच प्रयत्न असूनसुद्धा मंजुल प्रकाशनाचे संपादक श्री. चेतन कोळी यांनी माझ्यावर विश्वास टाकला. शिवाय वेळोवेळी माझा आत्मविश्वासही वाढवला. अनुवादाचे नमुने तपासून देताना अनेक छोट्या छोट्या मौल्यवान सूचना त्यांनी अगदी सहजतेने केल्या. अनुवाद उत्तम व्हायला हवा म्हणून मी ज्येष्ठ अनुवादिका लीना सोहनी यांची विश्व मराठी परिषदेने आयोजित केलेली कार्यशाळा केली. त्यांनी सांगितलेले सर्व मुद्दे अनुवाद करताना लक्षात ठेवण्याचा प्रयत्न केला. जसे की, इंग्रजीमध्ये बहुतांश वाक्य कर्मणी प्रयोगात असतात आणि ती मराठीत करताना कर्तरी प्रयोगात केली, तर अधिक मराठी वाटतात हा मुद्दा मला फार उपयोगी पडला. दुसरा म्हणजे phrases; अर्थात काही विशिष्ट शब्दसमूह हे त्यातील स्वतंत्र शब्दांपेक्षा वेगळाच अर्थ सूचित करतात. अशा phrases लक्षपूर्वक

पाहिल्यामुळे माझ्या अनुवादातील अनेक चुका मला सुधारता आल्या. त्यानंतर येणारा मुद्दा म्हणजे जुन्या काळातील काही नावे, मग ती व्यक्तींची असोत अथवा स्थळांची, काही संदर्भ काढून मी पुन्हा तपासून पाहिली. आधीच्या अनुवादात इंग्रजी स्पेलिंगनुसार होणारे उच्चार मी वापरले होते; परंतु या कार्यशाळेनंतर अशी संदर्भांवरून पडताळणी करण्याची गरज मला समजली. लीनाताईंच्या एका वाक्याने मला फार प्रभावित केले ते म्हणजे, 'तुमच्या अनुवादाला इंग्रजीचा वास येता कामा नये.' खरंच हा वास घालवण्यासाठी बरेच प्रयास पडतात हे मला चांगलंच कळलं होतं.

आपण केलेले काम पहिल्यांदा ज्यांना दाखवावे आणि अभिप्राय घ्यावा असे वाटते ती म्हणजे आपल्या घरातील मंडळी. या पुस्तकात खूपच मोठी मोठी अशी अनेक वाक्ये होती. त्यांचा अर्थ लावताना कधी कधी गोंधळ होई. त्या वाक्याची नीट फोड करून संदर्भांना धरून अर्थ लावण्यात माझे पती हर्षद सहस्रबुद्धे यांनी मदत केली. आपल्या वैद्यकीय व्यवसायातील व्यस्तता सांभाळून माझ्या आई-वडिलांनी (डॉ. विकास आणि अलका गोसावी) वाचक या नात्याने पहिला अभिप्राय दिला आणि टायपिंगमधील दुरुस्त्या करण्यास मदत केली. माझ्या सासूबाई डॉ. विद्या सहस्रबुद्धे या स्वतः एक ज्येष्ठ अनुवादिका असल्यामुळे त्यांच्याकडूनही मी अनुवाद तपासून घेतला. त्यांनी तो सखोलपणे तपासून छोटे छोटे उत्तम बदल सुचवले.

सरतेशेवटी मंजुल प्रकाशनाच्या अधिकृत मॉडरेटर मेधा कुलकर्णी यांनी अनुवादावर संपादकीय संस्कार करून त्यातील तांत्रिक त्रुटी दूर केल्या. शिवाय हे करत असताना त्या सर्व प्रक्रियेत त्यांनी मला सक्रियतेने सहभागी करून घेतले. त्यामुळे या अनुवादात जे काही चांगले उतरले आहे त्याचे श्रेय या सर्वांचेच.

पुस्तकाच्या अनुवादाचे काम करोनापूर्व काळातच सुरू झाले होते; परंतु करोनापर्वाने आपल्यासमोर एक नवाच संघर्ष उभा केला. आपल्याला याची जाणीव करून दिली की, काळ कोणताही असो मानवी जीवनातील संघर्ष अटळ आहे. अशा स्थितीत डॉ. राधाकृष्णन पिल्लई यांनी लिहिलेल्या 'चाणक्य अँड आर्ट ऑफ वॉर' या पुस्तकामुळे अनेकांना आपापले मनोबल उंचावण्यासाठी मदत मिळेल. चाणक्यासारख्या रणनीतिकाराकडून मिळणारी प्रेरणा स्फूर्ती देईल आणि आपण सहजतेने म्हणू शकू,

'जिंकू किंवा मरू, माणुसकीच्या शत्रू संगे युद्ध आमचे सुरू, युद्ध आमचे सुरू.'

www.ingramcontent.com/pod-product-compliance
Lightning Source LLC
LaVergne TN
LVHW092354220825
819400LV00031B/366
* 9 7 8 9 3 9 1 2 4 2 5 2 7 *